नवे किरण

(काणेकरांचे निवडक लघुनिबंध)

संपादक
वि. स. खांडेकर

मेहता पब्लिशिंग हाऊस

- *या पुस्तकातील लेखकाची मते, घटना, वर्णने ही त्या लेखकाची असून त्याच्याशी प्रकाशक सहमत असतीलच असे नाही.*

NAVE KIRAN by ANANT KANEKAR
नवे किरण : अनंत काणेकर / लघुनिबंध-संग्रह
संपादक : वि. स. खांडेकर

© सुरक्षित
मराठी पुस्तक प्रकाशनाचे हक्क मेहता पब्लिशिंग हाऊस, पुणे.

प्रकाशक : सुनील अनिल मेहता, मेहता पब्लिशिंग हाऊस,
१९४१, सदाशिव पेठ, माडीवाले कॉलनी, पुणे - ४११०३०.
मुखपृष्ठावरील छायाचित्र : रवींद्र व्होरा
प्रकाशनकाल : पहिली आवृत्ती : १९४७ / दुसरी आवृत्ती : १९५१ /
तिसरी आवृत्ती : ऑक्टोबर, १९९६ / पुनर्मुद्रण : नोव्हेंबर, २०१३
ISBN 81-7161-610-0

दिग्दर्शन

सात-आठ वर्षांपूर्वी मुंबईच्या रेडिओवर मला एक भाषण करायचे होते. माझा विषय होता 'काणेकरांची उत्कृष्ट कृती'. काणेकर तेव्हाही माझे एक आवडते लेखक होते. पण या कारणामुळेच त्यांची सर्वांत सरस अशी कलाकृती कोणती, हे निश्चित करताना माझ्या मनाचा मोठा गोंधळ उडाला. एखाद्याने उन्हाळ्यात फळे घेण्याकरिता म्हणून मंडईत जावे आणि इकडे द्राक्षांचे घोस लटकत असावेत, तिकडे उघड्या करंड्यांतून हापूस-पायरीचे विविध आकर्षक रंग दिसावेत, तिसरीकडून पिकलेल्या अननसांचा मस्त सुवास वाऱ्यावरून दरवळत यावा- काहीशी तशीच स्थिती झाली माझी.

क्रिकेटच्या क्रीडांगणावर काही काही खेळाडू फार वेळ टिकत नाहीत. पण मिळेल तेवढ्या थोड्या वेळातसुद्धा ते मोठा चमकदार खेळ खेळून जातात. काव्यक्षेत्रात काणेकर असेच चमकले होते. तिथले ते मुश्ताक अलीच होते म्हणा ना. त्यांच्या कवितांची संख्या डोळ्यांत भरण्याजोगी नसली, तरी त्यांच्या काही काही कल्पना दीर्घकाल माझ्या कानांत आणि मनात घुमत राहतील, याविषयी मला शंका नव्हती. तेव्हाचीच गोष्ट कशाला हवी? त्यांची 'चांदरात' मी वाचल्याला एक तप होऊन गेले. पण केव्हा तरी लहर आली म्हणजे अजूनही त्यांच्या खालील ओळी मी मनाशी मोठ्या आनंदाने गुणगुणतो :

'तडफडे जिवाचे पाखरू केविलवाणे
होत ना सहन त्या एकलकोंडे जगणे
जोडीस शोधिते उदात्त अपुल्यावाणी
प्रतिशब्द जिवाचा न दिला अजुनी कोणी'

'घाव घालिता हार हिऱ्यांचा तुम्हालाच अर्पिन
असली माझी ही ऐरण!'

'अज्ञाताच्या काळोख्या त्या दरीत कोठेतरी
कसले दिवे लाल केशरी?'

'जलवलयांचे तरल रुपेरी नूपुर पदि बांधुनी
खळखळत गुंग झरा नर्तनी'
'असेल काळाहाती मरणे
परी आमुच्या हाती जगणे
का नच मग वीरोचित जगणे
अभिमानाने हासत मरणे?'

'माता, बंधु, बहीण कोणि नव्हते प्रेमी तया माणुस
मी केले स्मित त्यास पाहुनि तदा तोही जरा हासला
एखाद्या थडग्यावरी धवलशी पुष्पे फुलावी जशी
तैसे हास्य मुखावरी विलसले त्या बापड्याच्या दिसे
तो हासे परि मद्हृदी भडभडे - चित्ता जडे खिन्नता
नाचो आणिक बागडो जग, नसे माझ्या जिवा शांतता!'

काणेकरांच्या अशा अनेक हृदयंगम काव्यपंक्तींची आठवण होत असूनही त्यावेळी उत्कृष्ट कलाकृती म्हणून मी त्यांच्या कुठल्याही कवितेची निवड केली नाही. काव्याप्रमाणे त्यांचे कथालेखनही वैशिष्ट्यपूर्ण आहे. 'कालप्रवाहाशी झुंज' ही त्यांची गोष्ट आजच्याइतकीच तेव्हाही मला आवडत असे. या कथेच्या चित्रणात उत्कट सहानुभूती व कलात्मक संयम यांचा जो सुरेख संगम काणेकरांनी साधला आहे, तो मला नेहमीच मोठा मोहक वाटत आला आहे. असे असूनही उत्कृष्ट कलाकृती म्हणून मी त्यांच्या या लघुकथेची त्यावेळी निवड केली नाही. मी रेडिओवर बोललो, तो 'दोन मेणबत्त्या' या त्यांच्या एका अप्रतिम लघुनिबंधावर. काव्य व कथा या दोन्ही क्षेत्रांत काणेकरांचे स्थान मानाचे असले, तरी त्यांच्या वाङ्मयीन व्यक्तिमत्त्वाचे सर्व पैलू यथार्थतेने जर कुठे प्रतिबिंबित झाले असतील, तर ते त्यांच्या लघुनिबंधांतच. काव्य, कथा, टीका, एकांकिका, प्रवासवर्णन इत्यादी क्षेत्रांत त्यांच्या लेखणीने लीलेने संचार केला आहे हे खरे; पण तिच्या सौंदर्याचा आणि सामर्थ्याचा अत्यंत वैशिष्ट्यपूर्ण आविष्कार लघुनिबंधांतच झाला आहे असे मला वाटते.

***

तसे पाहिले तर मराठी लघुनिबंधाचा जन्म होऊन अजून पुरी दोन तपेसुद्धा झाली नाहीत. १९२५ च्या पूर्वी लघुनिबंधाशी थोडे-फार साम्य पावणारे लिखाण क्वचित लिहिले जाई. नाही असे नाही. पण त्याचा उगम कल्पनेच्या स्वच्छंद

विलासात किंवा निबंधाचा गंभीरपणा नाहीसा केल्याशिवाय त्याच्याद्वारे होणारा प्रचार बहुजन समाजापर्यंत पोहोचणार नाही या विचारात होता. शिवरामपंत परांजपे आणि अच्युतराव कोल्हटकर यांच्या लिखाणात लघुनिबंधांत सहज शोभून जातील, अशी स्थळे मधूनमधून आढळतात, याचे कारण हेच आहे. 'मासिक मनोरंजना'त १९१० ते १५ च्या दरम्यान आलेले गुरुवर्य वासुदेवराव पटवर्धनांचे 'विरोळ्याने काय शिकविले?' किंवा 'थोडे वेडे व्हा, वेडे!' हे लेखही लघुनिबंधाकडेच झुकलेले होते. जुन्या निबंधांतला प्रचार, पांडित्य आणि परंपरागत मांडणी यापैकी कुठलीच गोष्ट त्या लेखांत नव्हती. उलट स्वतःच्या दृष्टीने जीवन पाहून ते कसे आहे आणि ते कसे असावे, हे सांगण्याची नव्या निबंधाला शोभणारी वृत्ती या दोन्ही लेखांत मोठ्या प्रमाणात प्रकट झाली होती. जुन्या निबंधाचे बंदिस्त आणि त्याचमुळे साचेबंद होणारे तंत्र हे लेख लिहिताना पटवर्धनांनी दूर झुगारून दिले होते, यात संशय नाही. 'विरोळ्याने काय शिकवले?' या लेखाचा आरंभ त्यांनी एखाद्या गोष्टीसारखा केला होता. 'थोडे वेडे व्हा, वेडे!' या छोट्या निबंधात ज्याला कशाचे तरी वेड लागते तोच खरा शहाणा मनुष्य होय, या तत्त्वावर नवीन निवेदन पद्धती अंगीकारून त्यांनी प्रकाश टाकला होता.

प्रो. फडक्यांनी १९२५ साली 'गुजगोष्टी' लिहावयाला सुरुवात करून स्वैर, खेळकर व आत्मनिष्ठ निबंधाचा हा नवा प्रकार मराठीत रूढ करण्याचा पहिला पद्धतशीर प्रयत्न केला. फडके 'गुजगोष्टी' लिहायला लागले, तेव्हा इंग्रजी लघुनिबंधाचा (Personal Essay) आपल्या विद्यापीठाच्या अभ्यासक्रमात नुकताच समावेश झाला होता. गार्डिनरसारखे लोकप्रिय असलेले व अभ्यासक्रमात स्थान मिळालेले लघुनिबंधकार फडक्यांनी त्यावेळी वाचले असतील यात नवल नाही; पण या विशिष्ट लेखनप्रकारासाठी त्यांनी इतरही अनेक लघुनिबंधकार अभ्यासिले असावेत असे दिसते. लघुनिबंधविषयक इंग्रजी पुस्तकांत ज्याचा सहसा उल्लेख आढळत नाही, अशा रिचर्ड किंग या विचारप्रधान, पण अत्यंत आकर्षक लघुनिबंधलेखन करणाऱ्या लेखकाचा उल्लेख त्यांच्या साहित्यसेवेतील स्मृतीत आढळतो. मात्र फडक्यांना किंगची लेखनपद्धती आवडली असली, तरी त्यांच्या 'गुजगोष्टी'चे त्यांच्या लिखाणाशी मुळीच साम्य नाही, हे लक्षात ठेवले पाहिजे. किंबहुना आरंभीच्या गुजगोष्टी लिहिताना विषय, मांडणी व भाषाशैली या तिन्ही दृष्टींनी ते जुन्या व नव्या निबंधांच्या संमिश्र छायांत वावरत होते, असेच दिसून येईल. 'सुहास्य', 'अलंकार', 'संसार', 'एकान्तवास' हे त्यांचे पहिले विषय पाहिले किंवा 'शाई'सारख्या गुजगोष्टीचा शेवट- किंवा असेही असेल, की संसाराच्या कष्टमय मार्गावर प्रकाश पडावा म्हणून ज्ञानवंतांनी आपल्या नरदेहाच्या वाती पेटवून जे दिवे लावले, त्यांच्या काजळीपासूनच हा शाईचा द्रव तयार झाला आणि कोणी अधम

मतिमंदाने त्याचा कितीही दुरुपयोग केला, तरी अखेर ज्या पुण्याईच्या आधारावर विश्वाचे पालनपोषण चालले आहे ती वाढविण्याकडेच त्याचा अधिक विनियोग होणार आहे यात शंका नाही'- अशा अगडबंब वाक्याने झालेला पाहिला. (त्याच वर्षी रंगभूमीवर आलेले 'मेनका' नाटक पाहून आल्यावर लगेच फडक्यांनी हा लघुनिबंध लिहिला असावा असा या वाक्यावरून भास होतो.) म्हणजे फडके १९२५ साली लघुनिबंधाच्या क्रीडांगणावर उतरले असले, तरी ते प्रथम बिचकत बाचकत खेळत होते असे वाटू लागते. त्यांच्या खेळाला जरा रंग चढला सहा वर्षांनी. पहिल्या अकरा गुजगोष्टी लिहून झाल्यानंतर दोन वर्षे ते स्तब्ध राहिले. नंतर १९३१ साली 'पाऊस' ही सुरस गुजगोष्ट त्यांच्या लेखणीतून उतरली. इथून त्यांच्या गुजगोष्टीचे स्वरूप बदलले. त्यांच्यात आत्मदर्शन, साधे पण नवे विषय, कल्पना व भावना यांचा स्वाभाविक विलास, सहजसुंदर शैली इत्यादिकांचा रमणीय आविष्कार मोठ्या प्रमाणात होऊ लागला. 'हरवली, म्हणून सापडली', 'एक रात्र आणि एक पहाट', 'न वाचलेल्या ग्रंथांची गोडी' व 'सहल' या १९३१ ते ३३ या कालखंडातल्या त्यांच्या चार गुजगोष्टी वाचकांनी पुन:पुन्हा वाचाव्यात इतक्या मधुर उतरल्या आहेत.

फडके हजारो वाचकांना आपल्या या गुजगोष्टींनी मोहिनी घालीत असतानाच काणेकरांनी १९३३ साली लघुनिबंधाच्या क्षेत्रात प्रवेश केला. पण तो कसा? आपण लघुनिबंधलेखक कसे झालो, हे सांगताना काणेकर म्हणतात, ''संजीवनी'चे प्रभाकरपंत कोल्हटकर माझ्याकडून 'पिकली पाने' लिहून घेईपर्यंत मी कधी काळी लघुनिबंध लिहू शकेन अशी माझी कल्पनाही नव्हती.' प्रथमदर्शनी हे विधान मोठे चमत्कारिक वाटते. लढाईची काहीच कल्पना नसलेला मनुष्य सेनापती कसा होईल, असा प्रश्नही क्षणभर आपल्या मनात आल्यावाचून राहत नाही. पण लघुनिबंधलेखक या नात्याने काणेकरांना मिळालेल्या यशाचे रहस्य त्यांच्या या उद्गारांतच साठविलेले आहे. 'संजीवनी'च्या संपादकांच्या आग्रहावरून त्यांनी लघुनिबंध लिहायला सुरुवात केली हे खरे. पण ते लिहिताना त्यांनी आपल्या भोवतालचे मराठी लेखक हा वाङ्मयप्रकार कसा हाताळीत आहेत हे निरखून पाहिले नाही किंवा इंग्रजी लघुनिबंधकार आणि त्यांचे टीकाकार यांची खास सल्लामसलतही घेतली नाही. त्यांच्या मनात जे सळसळत होते, त्यांच्या हृदयात जे वारंवार उचंबळून येत होते, त्यांच्या आत्म्याला जे पुन:पुन्हा शल्यासारखे टोचत होते, त्याचा या नव्या लेखनप्रकारांतून आविष्कार करायला त्यांनी सुरुवात केली. त्यांनी आदर्श म्हणून कुणाच्या तोंडाकडे पाहिले नाही किंवा अनुकरण म्हणून कुणाच्या पावलावर पाऊल टाकून जाण्याचा प्रयत्न केला नाही. त्यामुळे त्यांच्या लिखाणाला ताजेपणाची विलक्षण लज्जत आली. त्यातून लेखकाच्या वाङ्मयीन

व्यक्तिमत्त्वाचा स्वच्छंद आविष्कार झाला. जे रसिक फडक्यांच्या 'गुजगोष्टी' मोठ्या गोडीने वाचीत होते, त्यांनासुद्धा काणेकरांच्या आंबटगोड लघुनिबंधाची खुमारी काही न्यारी आहे हे आनंदाने मान्य करावे लागले. फडक्यांची गुजगोष्ट ही शृंगारलेल्या मंदिरासारखी होती. त्या शृंगाराची नक्कल करण्याचा काणेकरांनी प्रयत्न केला असता तर त्यांचे कुणीच कौतुक केले नसते. पण त्यांनी स्वत:च्या विचारांचा आणि भावनांचा आविष्कार अत्यंत प्रामाणिकपणाने केला. त्या आविष्काराकरिता त्यांनी जी शैली वापरली, तीसुद्धा आपल्या विषयांना अनुरूप आणि आपल्या व्यक्तित्वाशी सुसंगत अशी! त्यामुळे त्यांचा उत्कृष्ट लघुनिबंध वाचताना समोर चित्र उभे राहते, ते एखाद्या उत्तुंग पर्वतशिखराचे! गगनाला स्पर्श करण्याची महत्त्वाकांक्षा हेच त्या शिखराचे वैभव असते. ओबडधोबड खडकांशिवाय तिथे दुसरे गालिचे नसले तरी राजमंदिरात शपथेलासुद्धा न आढळणाऱ्या शुद्ध मोकळ्या हवेत माणसाला उल्हसित करण्याची जी शक्ती असते, तिचे दर्शन काणेकरांच्या लघुनिबंधांत वाचकांना होते.

**

लघुनिबंधकार या नात्याने काणेकरांना मिळालेल्या लोकप्रियतेची मीमांसा मोठी मनोरंजक होऊ शकेल. कलावंताच्या प्रतिभेचे वैशिष्ट्य, त्याच्या व्यक्तित्वाचा विकास आणि कालाचे आवाहन (The spirit of the time) यांचा मनोहर मेळ त्यांच्या लघुनिबंधांत पडला असे म्हणायला हरकत नाही. १९३० साली गांधीजींनी मिठाचा कायदा मोडून एक अपूर्व उग्र चळवळ सुरू केली. महात्माजींचे व्यक्तित्व आणि गांधीवादाचे सामर्थ्य यांनी असंख्य बुद्धिवान तरुणांना या चळवळीकडे आकृष्ट केले. तुरुंगाचा काटेरी दरवाजा हे राजवाड्याचे महाद्वार समजून त्यांनी त्यात प्रवेश केला. पण पुढे तिथल्या शांत वाचनात, क्षुब्ध वादविवादात आणि एकाग्र चिंतनात त्यांच्यापैकी अनेकांना गांधीवादाच्या मर्यादा पूर्णपणे कळून चुकल्या. साहजिकच हे युवक समाजवादाकडे वळले. त्यांनी विचारपूर्वक त्या तत्त्वज्ञानातल्या सत्त्वांशाचा स्वीकार केला. तिकडे राजकारणात जसे हे स्थित्यंतर घडून येत होते, त्याप्रमाणे ललित वाङ्मयातही काही नवे-जुने लेखक मध्यमवर्गापुरती मर्यादित झालेली सामाजिक प्रश्नांची कोंडी फोडून नव्या पाऊलवाटेने जाण्याचा प्रयत्न करीत होते. 'इंदू काळे व सरला भोळे', 'मुक्तात्मा', 'धावता धोटा', 'उल्का', 'दोन ध्रुव' इत्यादी कादंबऱ्या १९३३-३४ या दोन वर्षांतच प्रासिद्ध झाल्या आहेत हे लक्षात घेतले, म्हणजे ही नवी पाऊलवाट कोणत्या प्रकारची होती याची सहज कल्पना येईल. केवळ ऐतिहासिक दृष्टीने पाहिले तर १९१७ साली रशियात राज्यक्रांती होऊन समाजसत्तावादी विचारसरणीचा पुरस्कार करणारे कामकरी-

शेतकऱ्यांचे सरकार तिथे प्रस्थापित झाल्यावर लवकरच त्या तत्त्वज्ञानाचे रोप आपल्या देशात आणून लावण्याची खटपट करणारी मंडळी आपल्याकडे निघाली. मीरतकटाचा प्रख्यात खटला १९३० च्या मीठलुटीच्या मोहिमेपूर्वीच गाजला होता. मुंबईच्या मजुरांनी कायदेभंगाच्या चळवळीपूर्वीच मोठमोठे संप लढवायला सुरुवात केली होती. राजकारणाकडे ओढा असलेल्या शहरातल्या तरुणांवर या नव्या तत्त्वज्ञानाचा पगडा बसत चालल्याची स्पष्ट-अस्पष्ट चिन्हेही त्यावेळी सर्वत्र दिसू लागली होती. पण हे सारे जमेला धरूनही १९३२ पूर्वी समाजवादी विचारसरणीने मराठी मनात मूळ धरले नव्हते असे म्हणणे फारसे चुकीचे होणार नाही. एकतर १९२० साली असहकारितेची अभूतपूर्व चळवळ सुरू करून जनमनावर अधिराज्य गाजवू लागलेल्या गांधीजींच्या तेजस्वी नेतृत्वाचे पहिले तप १९३२ साली पुरे झाले. दुसरी गोष्ट म्हणजे, समाजसत्तावादाचा प्रथम पुरस्कार करणाऱ्या कम्युनिस्ट कार्यकर्त्यांनी आपले सर्व लक्ष मजूर संघटनेत घातल्यामुळे त्यांच्या कार्यक्षेत्राला साहजिकच मर्यादा पडल्या. मोठमोठे कारखाने किंवा गिरण्या असलेल्या शहरांतूनच त्यांच्या विचारसरणीचा थोडा-बहुत प्रचार होऊ शकला. यापेक्षाही महत्त्वाची अशी गोष्ट, कुठलेही तत्त्वज्ञान जोपर्यंत समाजाच्या मर्यादित भागात आणि पुस्तकी प्रचारात गुंतून पडलेले असते तोपर्यंत त्याचे पाझर सर्वसामान्य सामाजिक मनात फारसे झिरपत नाहीत आणि म्हणूनच जीवनाची सूक्ष्म आणि विविध चित्रे रेखाटणाऱ्या ललित वाङ्मयात त्याचे प्रतिबिंब पडलेच, तरी ते फार अंधूक व प्रसंगी विकृत असे असते. कोणतीही गोष्ट सामाजिक मनात शिरून तिथे मुरू लागली, म्हणजेच ललित वाङ्मयात तिच्या चित्रणाला बहर येऊ लागतो. १९३२ नंतर राष्ट्रीय सभेचे अनुयायित्व मान्य करूनही समाजवादाचा पुरस्कार करणारा पक्ष जसा राजकारणात निर्माण झाला, त्याप्रमाणे वाङ्मयातही समाजवादाविषयी सहानुभूती बाळगणारे आणि आपले सामाजिक अनुभव या नव्या तत्त्वज्ञानाच्या भाषेत बोलून दाखविणारे लेखक हळूहळू पुढे येऊ लागले. या लेखकांची प्रेरणा केवळ पुस्तकी नव्हती, तिच्यात अनुभूतीचा थोडा-फार अंश होता. दिवसेंदिवस विक्राळ स्वरूप धारण करीत चाललेली आर्थिक विषमता, मागील पिढीने केलेल्या सामाजिक सुधारणांच्या पुरस्कारातून साहजिकच निर्माण होणारा सर्वांगीण समतेचा प्रश्न, कालाबरोबर दलित वर्गात आपल्या हक्कांविषयी होऊ लागलेली जागृती, कायदेभंगाच्या चळवळीत दिसून आलेल्या गांधीवादाच्या मर्यादांमुळे त्याची समाजवादाशी होऊ लागलेली तुलना; शॉ, गॉर्की, इब्सेन, अप्टन सिंक्लेअर इत्यादिकांच्या वाङ्मयाशी तरुण पिढीचा होऊ लागलेला दृढ परिचय, एक ना दोन अशी अनेक कारणे तत्कालीन लेखकांच्या दृष्टिकोनात घडून आलेल्या या बदलाच्या मुळाशी दिसतील. काणेकरांचा 'चांदरात' हा काव्यसंग्रह घेतला, तरी त्यातसुद्धा हा फरक

स्पष्टपणे प्रतिबिंबित झालेला आढळेल. १९२९ पूर्वी त्यांनी लिहिलेल्या काही कवितांत उत्कट जीवननिष्ठा व्यक्त झाली असली, तरी त्यांचे स्वरूप सामाजिक नाही. १९२९ नंतर हे सारे बदलून गेले. याच वर्षी लिहिलेल्या 'लाल बावट्याचे गाणे' या कवितेत ते म्हणतात :

'लाखांचे मारुनि पोट,
चाटित जे बसले ओठ
त्या चोरां हतबल करुनी
सर्वस्वा त्यांच्या हरुनी
लोकांचे सर्वस्व असे
लोकां देउनि टाकु कसे'

पुढे दोन वर्षांनी लिहिलेल्या 'कवने' या कवितेचा शेवट त्यांनी असा केला आहे :

'धनीजनाशी झुंज खेळुनी
क्षणभर ज्यांना आली ग्लानी
त्यांना आम्ही गाऊ गाणी
ऐकुनि जी चवताळुनि लढतिल
आणि स्थापितिल सत्ता अपुली'

१९३२ मध्ये लिहिलेली त्यांची 'दोन देवभक्त' ह कविता ढोंगी श्रीमंतांविषयी कवीला वाटणारा तिरस्कार, त्यांच्या चरकांत पिळल्या जणाऱ्या असहाय गरिबांविषयी त्यांच्या अंत:करणात असलेला जिव्हाळा आणि देवाधर्मावरल्या ज्या अंधश्रद्धेमुळे आजपर्यंत ही अघोर विषमता नांदू शकली, तिच्याविरुद्ध कवीने उपसलेले हत्यार, या सर्व दृष्टींनी वाचनीय आहे. ही कविता लिहिणाऱ्या काणेकरांच्या मनात विचारांचा आणि भावनांचा जो नवा कल्लोळ निर्माण झाला होता, तोच १९३३ साली 'पिकली पाने' या त्यांच्या पहिल्या लघुनिबंध-संग्रहात प्रकट झाला. त्यांचे निबंधलेखन आत्मनिष्ठ कल्पनेच्या किंवा भावनेच्या विलासातून स्फुरलेले नाही; ते सामाजिक जाणिवेच्या प्रक्षोभातून निर्माण झाले आहे.

*** *** ***

'पिकली पाने', 'शिंपले आणि मोती', 'तुटलेले तारे' व 'उघड्या खिडक्या' या १९३४ ते १९४५ च्या दरम्यान प्रसिद्ध झालेल्या काणेकरांच्या लघुनिबंध-

संग्रहातल्या अनेक निबंधांत त्यांचे हे प्रभावी वैशिष्ट्य दिसून येईल. ‘पाऊस’, ‘जुनी पुस्तके’, ‘न वाचलेल्या ग्रंथांची गोडी’, ‘सहल’ असल्या विषयांवर फडके ज्यावेळी गोड गुजगोष्टी लिहीत होते, त्याच वेळी काणेकर ‘छोटे चोर आणि मोठे चोर’, ‘एकाला जे अमृत, ते दुसऱ्याला विष’, ‘धर्माचे उपयोग’, ‘तत्त्वाचा पाया’ असले लघुनिबंध लिहून आजच्या समाजरचनेतल्या आर्थिक विषमतेवर आणि धार्मिक दंभावर खुसखुशीत कोरडे ओढीत होते. मधुरता हा फडक्यांच्या ‘गुजगोष्टी’चा आत्मा मानला, तर प्रखरता हा काणेकरांच्या लघुनिबंधांचा प्राण आहे असे म्हणणे चुकीचे होणार नाही. ‘पिकली पाने’ लिहिताना सामाजिक जाणिवेने त्यांचे मन भारावून गेले होते. किंवा ‘आळस आणि उद्योग’ यासारख्या गमतीदार विषयावर लिहितानासुद्धा शेवटी ते एकदम गंभीर झाल्यावाचून राहत नाहीत. या निबंधाचा आरंभ त्यांनी असा केला आहे : ‘एका प्रख्यात आळश्याची अशी गोष्ट सांगतात, की तो एकदा बोरे खात बसला होता. बोरे तोंडात टाकताना एक बोर त्याच्या मिशीत अडकले. तेव्हा समोरून जाणाऱ्या एका गृहस्थाला त्याने हाक मारली आणि ‘माझ्या मिशीतले हे बोर जरा तोंडात ढकला हो’, म्हणून त्याला विनंती केली.’

या गुदगुल्या करणाऱ्या प्रारंभाला साजेल असाच त्यांनी पुढे या निबंधाचा विकासही केला आहे. जगाचा खरा उद्धार आळश्यांच्याच हातून होतो असे प्रतिपादन करून आपल्या या मताचे समर्थन त्यांनी मोठ्या मजेदार रीतीने केले आहे. ‘उद्योग करा’ ‘उद्योग करा’ म्हणून अहोरात्र उपदेश करणारांची टर उडविण्याकरता कुदळ घेऊन सासऱ्याच्या घराच्या भिंती पाडण्याचा उद्योग करणाऱ्या जावईबुवांची एक गोष्टही त्यांनी सांगितली आहे. मात्र इथपर्यंत हसत खेळत असलेले काणेकर एकदम गंभीर बनून या निबंधाचा शेवट असा करतात : ‘सध्याची समाजव्यवस्था जेव्हा मी डोळे उघडून पाहतो, तेव्हा ‘उद्योगिनं पुरुषसिंहमुपैति लक्ष्मीः’ हे तत्त्व अजिबात खोटे आहे अशी माझी बालंबाल खात्री पटते. माझ्या दृष्टीला उद्योगी पुरुषसिंहांची पोटे पाठीला लागलेली दिसतात आणि पैसेवाले निरुद्योगी पुरुषहत्ती मात्र आपले लंबोदर गोंजारीत गादीवर पडलेले दिसतात. भरल्या पोटावर ढेकर देत एखादा पंडित मरमर काम करूनही उपवासाने वळवळणाऱ्या मजुराला जर वरील तत्त्व समजावून देऊ लागला, तर मला वाटते मजुरी करणारा तो पुरुषसिंह या पंडिताचे गंडस्थळ फोडल्याशिवाय राहणार नाही.’

काणेकर प्रचारक लघुनिबंधकार आहेत असे म्हणण्याचा मोह चांगल्या टीकाकारांनासुद्धा होतो, याचे कारण अशा कलाहीन रीतीने मधूनमधून दृग्गोचर होणारा त्यांचा हा सामाजिक प्रक्षोभच आहे. पण जरा खोल जाऊन पाहिले म्हणजे काणेकरांच्या लघुनिबंधाचा पाया प्रचलित विचारांचा प्रचार नसून, जीवनदर्शनातून निर्माण झालेले तत्त्वचिंतन आहे असे दिसून येईल. कल्पनेचा किंवा भावनेचा

एखादा सूक्ष्म साधा धागा हाती घेऊन, कोळी जसा आपले जाळे विणतो, तशा नाजूकपणाने त्यांनी निर्माण केलेले निबंध फार थोडे आहेत हे काही खोटे नाही. ते आपल्या भोवतालचे सामाजिक जीवन सूक्ष्म नजरेने न्याहाळतात, त्यातल्या लहानमोठ्या ढोंगासोंगांचा मार्मिक (आणि कधीकधी मर्मभेदक) रीतीने स्फोट करतात आणि जाताजाता तुम्हाआम्हाला पटलेले, पण बोलून दाखविण्याचे धैर्य नसलेले एखादे तत्त्व परिणामकारक रीतीने वाचकांच्या गळी उतरवितात.

अगदी साध्या विषयातले किंवा अनुभूतीतले उपेक्षित सौंदर्य हसतखेळत प्रकट करून दाखविणे हेच लघुनिबंधाचे मुख्य कार्य आहे असे मानणारी मंडळी तत्त्वचिंतन हा लघुनिबंधाचा आत्मा होऊ शकत नाही असे म्हणतात. लघुनिबंध हा बिया नसलेल्या काबुली द्राक्षासारखा असावा असे त्यांना वाटते. पण काणेकरांचा लघुनिबंध आंब्यासारखा आहे. त्यात भलीमोठी कोय असते. ती कोय काही कुणाला खाता येत नाही हे खरे, पण तिच्याभोवतीच त्या आंब्यातला सारा मधुर रस दाटलेला असल्यामुळे ती चोखताना काबुली द्राक्षे जिभेवर घोळविण्याइतकाच आस्वादकाला आनंद होतो. लघुनिबंधात ओढूनताणून आणलेले तत्त्वदर्शन रसपरिपोषक होऊ शकत नाही हे मी मान्य करतो. विकसित व्यक्तित्व आणि त्याचा आविष्कार करायला लावणारे कौशल्य यांच्या अभावामुळे आपले अनेक लेखक वडाची साल पिंपळाला लावावी, त्याप्रमाणे लघुनिबंध लिहिताना त्याला कृत्रिम तत्त्वदर्शनाचा मुलामा देऊन या वाङ्मयप्रकाराविषयी अनेक गैरसमज निर्माण करायला कारणीभूत झालेले आहेत. पण हे सारे खरे असले, तरी स्वभावत: चिंतनशील असलेल्या लेखकाच्या स्वच्छंद आत्माविष्कारातून वाचकांना तत्त्वदर्शन व्हावे यात अस्वाभाविक असे काय आहे? लघुनिबंधाचा जनक मानला जाणारा फ्रेंच लेखक माँटेन याचे लिखाण आपण पाहिले, तर ते भावना अथवा कल्पना यांच्यापेक्षा विचारावरच अधिष्ठित झाले आहे असे आढळून येईल. माँटेन 'संभाषण' व 'प्रवास' या विषयांप्रमाणे 'क्रांती' व 'यादवी' या विषयांवरही लिहितो. अशा अनंत विषयांवर आपले मनोगत तो कुठल्याही प्रकारचा आडपडदा न ठेवता प्रकट करतो. लघुनिबंधाचा आत्मा लेखकाच्या या मोकळेपणात आहे असे मला वाटते. एखाद्या विषयाविषयी लोकांना काय वाटते, याचा लघुनिबंधलेखक कधीच विचार करीत नाही. उलट, त्याविषयी आपल्याला काय वाटते हे तो जगाला सांगत सुटतो. आणि तेही कशा रीतीने? तर या पृथ्वीवरील प्रत्येक व्यक्ती आपला जिवाभावाचा मित्र आहे अशा भावनेने.

तत्त्वदर्शन हे लघुनिबंधाच्या आत्म्याशी विसंगत आहे, असे प्रतिपादन करणारांनी आणखी एका लेखकाचे लिखाण अवश्य वाचून पाहावे. तो लेखक 'रिचर्ड किंग' हा होय. या आधुनिक इंग्रज लघुनिबंधकाराचे संग्रह आपण चाळू लागलो, तर

'शिष्टाचाराला शोभेल, अशा रीतीने खाण्याची कला' या विषयापासून 'हुकूमशाही आणि लोकशाही' यासारख्या विषयांपर्यंत सर्वत्र त्याची लेखणी सलील संचार करीत असलेली दिसून येईल. त्याच्या अनेक निबंधांत आपल्याला फक्त मार्मिक व मजेदार विचारांचे स्वैर दर्शन होते. पण या विचारांत त्याची तीव्र बुद्धी, सूक्ष्म विनोददृष्टी आणि मानवतेवरल्या गाढ प्रेमाने भरलेले त्याचे हृदय या सर्वांचा इतका मधुर संगम आढळतो, की आपण न कळत- अगदी रमत गमत- त्याच्या तत्त्वदर्शनात समरस होतो. त्याच्याविषयी एक टीकाकार म्हणतो :

'Mr. Richard King has won his way to the hearts of thousands of readers by his gift of intimate, sympathetic converse on all sorts of subjects that crop up in the main roads or the by-paths of life. He is one of the masters of the causerie.'

(आपल्या जिव्हाळ्याच्या आणि सहानुभूतिपूर्ण अशा स्वैरालापांनी किंग हा हजारो वाचकांचा आवडता लेखक झाला आहे. जीवनाचे राजमार्ग घ्या अथवा त्या मार्गाला फुटलेल्या अनेक पाऊलवाटा पाहा. सर्वत्र पसरलेले विविध विषय रंगविण्यात किंगची लेखणी कुशल आहे. स्वैरनिबंध लिहिणारा तो एक सिद्धहस्त लेखक आहे.)

थोडाफार फरक करून मराठीपुरते काणेकरांचेही असेच वर्णन करता येईल. गंभीर निबंधांचे विषय लघुनिबंधाच्या आत्मनिष्ठ पद्धतीने हाताळणे हे काही येरागबाळ्याचे काम नाही. लेखकाच्या अंगी विविध वाङ्मयगुण असल्याशिवाय त्याला या कामात यश मिळणे जवळजवळ अशक्य आहे.

* * *

पण काणेकरांनी ते यश मिळविले, याचे कारण त्यांच्या वाङ्मयीन व्यक्तित्वाची बैठक केवळ प्रचारकाची नाही. ती कलावंताचीही आहे. 'सुखस्वप्नांचे कारखानदार' आणि 'देवदारू व चक्रवाक' हे या संग्रहातले दोनच निबंध वाचले तरी त्यांच्या सौंदर्यपूजक वृत्तीचे दर्शन वाचकाला झाल्यावाचून राहणार नाही. आजच्या समाजरचनेतल्या विषमतेवर आणि मानवी मनातल्या ढोंगासोंगांवर ते कडकडून हल्ला चढवितात याचे कारण तरी जगाला विद्रूप करणाऱ्या या गोष्टी त्यांना अगदी असह्य होतात हेच आहे ना? त्यांना भावनेचे वावडे नाही. पण भावनेने व्याकूळ किंवा विवश होऊन जाणे हे त्यांच्या वृत्तीतच नाही. त्यामुळे त्यांच्या सौंदर्यदृष्टीचे स्वरूप जसे मुख्यत: सामाजिक झाले आहे, त्याचप्रमाणे त्यांच्या निबंधरचनेतही एक प्रकारचा अतिरिक्त संयम- कधीकधी निबंधाला साचेबंद स्वरूप आणून त्याची रसहानी करणारा संयम- निर्माण झाला आहे. या संयमामुळेच ते कवी असूनही

त्यांच्या लघुनिबंधात काव्याचा विलास फारसा आढळत नाही. त्यांची भूमिका कवीची नसून टीकाकाराची आहे. त्यामुळे कधी गुदगुल्या करून, कधी चिमटे काढून, तर कधीकधी कोरडे लगावून रूढ सामाजिक अन्यायापासून मानवी स्वभावातल्या विविध दोषांपर्यंत- प्रत्येक गोष्टीवर ते टीका करीत असतात. त्यांच्या या टीकेमधून जे जीवनदर्शन होते, ते वाचकाला जितके रिझवते तितकेच अंतर्मुखही करते.

समाज आणि जीवन यांच्यावरली टीका हे काणेकरांच्या लघुनिबंधाचे वैशिष्ट्य असूनही ते रूक्ष, गंभीर किंवा निव्वळ हेतुप्रधान होत नाहीत याचे अर्धेअधिक श्रेय त्यांच्या विनोदाला दिले पाहिजे. बाणाच्या तीक्ष्ण टोकाला पिसे लावावीत, तसा त्यांच्या लघुनिबंधातला विनोद आहे. तो नुसती खसखस पिकवीत नाही; तर नाजूक गुदगुल्या करून शहाणपण शिकवितो. आख्यायिका, दंतकथा, चुटके इत्यादिकांचा मोठ्या चतुराईने उपयोग करून काणेकरांनी आपल्या विनोदाला जशी लज्जत आणली आहे, त्याप्रमाणे उपहास, उपरोध इत्यादिकांचा योग्य स्थळी उपयोग करून त्यांनी त्याचे सामर्थ्यही व्यक्त केले आहे. त्यांच्या या विनोदी बुद्धीचे अत्यंत सुंदर अपत्य म्हणजे त्यांच्या लघुनिबंधांतून वावरणारे गणूमामा. ॲडिसनचा सर रॉजर डी, कॉव्हर्ले किंवा वामनराव जोश्यांचे प्रो. धोंडोपंत बर्वे यांच्याप्रमाणे काणेकरांचे गणूमामा- ते सनातनी असूनसुद्धा- वाचकांना नेहमीच प्रिय होऊन राहतील.

ही विनोदबुद्धी तत्त्वदर्शनाच्या सासुरवासातून मोकळी झाली, म्हणजे तिचा जो स्वच्छंद विहार चालतो तो त्यांच्या लघुनिबंधांचा एक रमणीय विशेष आहे. 'घड्याळाचे गुलाम' किंवा 'यथेच्छ झोपा' हे या संग्रहातले दोन निबंध वाचले किंवा या संग्रहात न घेतलेले 'अज्ञानाचा आनंद', 'व्यवस्थितपणाचे वेड' अशांसारखे त्यांचे निबंध पाहिले म्हणजे काणेकरांनी असले खूप निबंध लिहायला हवे होते असे वाटू लागते. त्यांच्या स्वभावात गांभीर्याइतकाच- किंबहुना काकणभर अधिकच- मिस्कीलपणा आहे. त्यामुळे आपल्या लघुनिबंधात जीवनाकडे पाहण्याचा वास्तववादी दृष्टिकोन जसा त्यांनी परिणामकारक रीतीने मांडला आहे, तसा या खेळकर पद्धतीने विविध विसंगतींचा त्यांना मनसोक्त समाचार घेता आला असता.

लघुनिबंधांचे विषय, त्यांचा आशय आणि त्यांची आटोपशीर, पण परिणामकारक मांडणी यांना शोभेल अशीच काणेकरांची भाषा आहे. ती साधी असली तरी भोळीभाबडी नाही. ती नेहमी आत्मविश्वासाने बोलते. ती जशी नटवी लक्ष्मी नाही, तशी अगदी लंकेची पार्वतीही नाही. सुभाषिते बनविण्याचा तिला छंद नाही. पण प्रतिपादनाच्या ओघात ती असे एखादे चटकदार वाक्य लिहून जाते, की वाचक कितीतरी वेळ त्याच्या सुंदर आत्म्याचे चिंतन करण्यात गुंग होऊन जातो. 'मोहाला बळी पडू नये हे सांगणे जितके सोपे आहे, तितकेच मोहाला बळी न पडणे हे कठीण आहे', 'आपण सर्वच एकेरी दृष्टिकोनाने जगाकडे पाहत असतो आणि

एकेरीवर येत असतो', 'सर्व जग जर तालबद्ध पावले टाकीत असते, तर उदयशंकरला कोण विचारणार होते?', 'माणूस मरतो, पण मानवता जगते' असल्या वाक्यांचा कुणाला विसर पडेल?

काणेकरांच्या लघुनिबंधांचा आणखी एक विशेष अवश्य लक्षात ठेवला पाहिजे. तो म्हणजे त्यांचा आशावाद! ते सध्याच्या समाजरचनेवर कडकडून टीका करतील. मनुष्यप्राणी किती स्वार्थी, ढोंगी आणि मूर्ख आहे हे हडसून खडसून सांगतील. पण त्यांच्या या सर्व उद्गारांत जीवनाविषयीची निराशा, अश्रद्धा किंवा विफलता यांची पुसट छायासुद्धा कुठे दिसणार नाही. त्यांचे लघुनिबंध वाचता वाचता वाचकाला जशी जीवनाकडे पाहण्याची वास्तवदृष्टी लाभते, त्याप्रमाणे ते जीवन निर्दोष, आनंदी आणि प्रगतिपर करण्याचा उत्साहही त्याच्या मनात निर्माण होतो.

∗∗∗

या संग्रहात समाविष्ट केलेल्या काणेकरांच्या लघुनिबंधांचे रसग्रहण करणे विद्यार्थ्यांना सुलभ जावे, म्हणून त्यातल्या काही विशेषांविषयी मी वर थोडेसे लिहिले. पण एखाद्या मनुष्याच्या गुणदोषांविषयी दुरून माहिती मिळविणे निराळे व त्याच्या निकट सहवासात आणि सुखद संभाषणात गुंग होऊन जाणे निराळे. काणेकरांचे लघुनिबंध वाचताना शास्त्र, तंत्र, चिकित्सा, गुणदोषमीमांसा इत्यादी शब्द वाचकाला आठवतच नाहीत. असे होण्याचे कारण तसेच महत्त्वाचे आहे. त्यांच्या लघुनिबंधांत कोणतेही गुणदोष असोत, ते वाचताना 'Who touches a book, touches a man' या व्हिटनच्या उक्तीचा आपल्याला अनुभव आल्यावाचून राहत नाही. चांगल्या वाङ्मयाची यापेक्षा सर्वमान्य अशी दुसरी कुठली कसोटी आहे?

शाहुपुरी, कोल्हापूर
ता. १-६-४७

वि. स. खांडेकर

अनुक्रम

दोन मेणबत्त्या

परिचय

मनुष्य कशासाठी जगतो किंवा माणसाच्या आयुष्यातला अत्यंत सुखाचा क्षण कोणता असा प्रश्न जर आपणाला कुणी विचारला तर आपण गोंधळून जाऊ यात संशय नाही. आपण म्हणू, 'हे अवघड प्रश्न पंडितांनी सोडवावेत. यांची उत्तरे तत्त्वज्ञांनी द्यावीत. सर्कशीतल्या प्रचंड गोल पिंजऱ्यात एखाद्या भिंगरीप्रमाणे मोटारसायकल फिरविणे हे काही येरागबाळाचे काम नव्हे!'

एक श्रीमंत, पण स्वतःच्या संकुचित सुखदुःखात बुडून गेलेला मित्र आणि दुसरा गरीब, पण जगाच्या विशाल सुखःदुखाशी समरस झालेला मित्र अशा दोन व्यक्ती या लघुनिबंधात जवळजवळ उभ्या करून लेखक म्हणतो, 'हे चित्र पाहा नि हे चित्र पाहा म्हणजे या प्रश्नांची उत्तरे किती सोपी आहेत हे तुम्हाला समजेल. जो स्वतःसाठी जगतो तो जिवंत असून मेल्यासारखाच आहे; जो दुसऱ्यासाठी जगतो तोच या जगात मरणावर मात करतो.'

स्वाक्षरी घेण्याकरिता म्हणून माझ्याकडे त्या दिवशी आलेल्या त्या मुलाने मला खरोखरच मोठ्या पेचात टाकले. द्यावी स्वाक्षरी आणि एकदाचे मोकळे व्हावे म्हणून त्याच्या हातातले पुस्तक घेऊन मी सही करणार, तो तो एकदम म्हणाला, "छे, छे, मला नुसती स्वाक्षरी नको; माझा एक प्रश्न आहे आणि त्याला उत्तर म्हणून पाचसहा ओळी लिहून नंतर तुम्ही सही केली पाहिजे."

"कसला प्रश्न?" मी म्हणालो.

"मनुष्याच्या आयुष्यातला अत्यंत सुखाचा क्षण कोणता?" तो पोरगा गंभीरपणे उद्‌गारला, "या प्रश्नाला एक चारपाच ओळींचं उत्तर लिहा आणि नंतर सही करा."

त्याचा प्रश्न ऐकून मी थक्कच झालो. "अरे बाबा," मी म्हणालो, "ज्या प्रश्नाचं उत्तर देताना मोठमोठ्या तत्त्वज्ञान्यांच्यासुद्धा नाकी नऊ आले त्या प्रश्नाचं

उत्तर तू माझ्याकडे मागतोस? काय वेड लागलंय तुला? मला नाही काही उत्तर देता येत या प्रश्नाचं. पाहिजे तर सही घे आणि जा.''

''तत्त्वज्ञान्यांची मते मला नको आहेत.'' तो म्हणाला, ''तुमच्यासारख्या लोकांचीच हवी आहेत. तुम्हाला काय वाटेल ते लिहा. ही पहा, पुष्कळ लोकांनी या प्रश्नाला उत्तरे दिलेली आहेत.''

''मी नाही त्यांच्याइतका शहाणा.'' मी त्रासून म्हणालो, ''मला खरंच काही सुचत नाही. काय थट्टा आहे काय अशा प्रश्नाचं ताबडतोब उत्तर द्यायचं म्हणजे?''

''आत्ताच देऊ नका.'' तो काकुळतीला येऊन म्हणाला, ''ही चोपडी इथंच राहू द्या. मी उद्या येतो, परवा येतो- तुम्ही सांगाल तेव्हा येतो.''

त्या हुशार छोकऱ्याच्या पाणीदार डोळ्यांत इतकी कळकळ दिसत होती, की मला नाही म्हणवेना. ''बरं, बरं, ठेवून दे ती चोपडी इथं.'' मी म्हणालो, ''आणि ये उद्या परवा.''

त्या दिवशी दुपारपर्यंत मी कामात असल्यामुळे त्याच्या प्रश्नाचा विचार करायला मला वेळच झाला नाही. पण त्यानंतर संध्याकाळी एकामागून एक तीन प्रसंग घडले. ते मात्र माझ्या मनात घोळत असलेल्या त्या प्रश्नाचे उत्तर घेण्याकरिताच घडले असे आता मला वाटते. खूप श्रीमंत असलेल्या माझ्या ओळखीच्या एका गृहस्थाकडे काही कामाकरिता मी गेलो. तो घरी नव्हता. त्याची बायको चिंतातुर चेहरा करून बसली होती.

''काय हो, कुठं गेले?'' मी विचारले.

''तो नवीन जर्मन डॉक्टर आला आहे ना, त्याच्याकडे गेलेत. मीच जा म्हणून आग्रह करून पाठवलं त्यांना.'' ती म्हणाली.

''म्हणजे? झालं काय?'' मी म्हणालो.

''अहो, काय नी काय! त्यांच्या मागली एक काळजी जाते तर दुसरी लागते! खडकीच्या बंगल्याची राखण करायला पठाण ठेवला; तो पठाणच चोरी करून पळाला! ते तुम्हाला माहीतच आहे. ती भानगड संपली नाही तो आता इन्कमटॅक्सची केस उभी राहिली आहे. त्यांना अलीकडे झोपसुद्धा कशी ती लागत नाही. अन्नपाण्यावर तर वांछाच नाही. तेव्हा मी म्हटलं, निदान त्या नवीन डॉक्टरच्या औषधानं तरी जरा बरं वाटेल.''

''अस्सं होय?'' मी म्हणालो.

तिथून निघालो तो आगगाडीत बसून मी घरी परत येत होतो. मजूर चळवळीत काम करणारा माझा एक जुना मित्र डब्यात भेटला. खूप आनंदात होता तो. आपलं काम कसं शिस्तीत चाललं आहे आणि चळवळीला कसा जोर चढतो आहे याचे रसभरित वर्णन करीत असता त्याच्या डोळ्यांत विलक्षण चमक दिसत होती. त्याचे

डोळे खोल गेले होते आणि त्याची दाढीही बोटभर वाढली होती.

"तुझे डोळे किती खोल गेलेत!" मी म्हणालो, "काय झालंय रे तुला?"

"हट्" तो उद्गारला, "मला काय झालंय? मी चांगला मजेत आहे. डोळे खोल गेले आहेत की, वर आले आहेत ते मला माहीत नाही. गेल्या पंधरा दिवसांत आरशात तोंड पाहायला मला वेळच झाला नाही. आता दाढीविषयी म्हणशील तर दाढी करायला सध्या आपल्या खिशात पैसे नाहीत बुवा!"

इतक्यात परळ स्टेशन आले आणि माझ्याशी हस्तांदोलन करून मोठ्या चैनीत शीळ घालीत तो तिथून निघून गेला.

एकामागून एक घडलेल्या या दोन प्रसंगांचे मला मोठे आश्चर्य वाटत होते. स्वत:च्या अपरंपार सुखात आणखी भर घालण्याकरिता इन्कमटॅक्स चुकवून पंधरा लाखांचे सोळा लाख करण्याकरिता जीव पाखडणारा आणि ठिकठिकाणच्या अनेक बंगल्यांत हजारो रुपयांचे फर्निचर धूळ खात पडलेले असताना खडकीच्या बंगल्यातली चार खुर्च्या/टेबले पठाणाने पळवली म्हणून हाय खाणारा आमचा हा श्रीमंत दोस्त दु:खी आणि चिंताग्रस्त! आणि एम. ए. झाल्यावर घरी चालत आलेल्या लठ्ठ पगाराच्या नोकऱ्या लाथाडणारा आणि कधी काळी दलित जनता स्वतंत्र होऊन सुखी होईल म्हणून स्वत:च्या सुखाची यत्किंचितही पर्वा न करता इतरांच्या सुखासाठी कधी उपाशी तर कधी अर्धपोटी वणवण फिरणारा हा कॉम्रेड मजेत आणि सुखी!

हे आणि असेच दुसरे विचार करीत मी रात्री घरी परत आलो आणि तो तिसरा प्रसंग घडला. मला मेणबत्तीच्या थंड प्रकाशात वाचीत बसणे फार आवडते. म्हणून खुर्चीवर उभा राहून फळीवरल्या मेणबत्त्या मी शोधू लागलो. एक मेणबत्ती सबंध जळून गेलेली होती. मेणबत्ती अशी क्वचितच जळते. तिचे अस्तित्व दाखविण्यापुरता फक्त पैशाएवढा मेणाचा अवशेष शिल्लक होता; दुसरी मेणबत्ती कित्येक दिवस फळीवर धूळ खात पडल्यामुळे मुंग्या-झुरळांनी ती सबंध कुरतडून अजिबात निरुपयोगी केली होती. तशा स्थितीत पडलेल्या दोन मेणबत्त्या पाहून का कुणास ठाऊक, मला थोडेसे हसू आले आणि दुसऱ्याच क्षणी एक चमत्कारिक विचार माझ्या डोक्यात आला. ज्या दोन माणसांचा मी विचार करीत होतो ती दोन माणसे या दोन मेणबत्त्यांसारखी आहेत! आपला जीव निर्धोक ठेवण्यात- स्वत:च्या सुखाची राखण करण्यात गुंतून पडलेल्या एकाचे आयुष्य कुरतडले जात आहे आणि इतरांना मंद, सुखकर प्रकाश देत दुसऱ्याची जीवनज्योत जळत चालली आहे.

समजा, त्या मेणबत्त्यांना जीव असता तर आपला कुणाला कसलाच उपयोग झाला नाही- आपले आयुष्य कुजून गेले, हा दु:खमय विचार मरता मरता एकीच्या

मनात आला असेल आणि आपल्या जीवनाचे सार्थक झाले- शेवटच्या घटकेपर्यंत आपण सर्वांना प्रकाश दिला या सुखदायी तंद्रीत त्या दुसरीच्या आयुष्यातला शेवटचा क्षण संपला असेल. मनुष्याच्या आयुष्यातला अत्यंत सुखाचा क्षण कोणता, या प्रश्नाचे उत्तर त्या मुलाला पाहिजे होते नाही का? मिळाले मला उत्तर. मनुष्याच्या आयुष्यातला अत्यंत सुखाचा क्षण म्हणजे हा अशा प्रकारचा शेवटचा क्षण! टेबलावर पडलेली त्याची चोपडी मी घेतली आणि त्यावर लगेच खरडले, "...हा खरा सुखाचा क्षण! स्वत:साठी जगलास तर मेलास; दुसऱ्यासाठी जगलास तरच जगलास!"

घड्याळाचे गुलाम

परिचय

सद्गुण हा इष्ट खरा, पण व्यवहारात कुठल्याही सद्गुणाचा अतिरेक हास्यास्पद झाल्यावाचून राहत नाही. स्वच्छता ही वाईट गोष्ट आहे असे कोण म्हणेल? पण स्वच्छतेचे वेड एखाद्या माणसाला लागले म्हणजे तो उठल्याबसल्या हातपाय धुऊ लागतो, अष्टौप्रहर हातात केरसुणी आणि ओले फडके घेऊन घरभर साफसफाई करीत सुटतो आणि अंगावरून मोटार जाऊ लागली की, लगेच धुळीच्या भीतीने जैनभिक्षूप्रमाणे नाकावर हातरुमाल धरून व लोकांकडे पाठ फिरवून तो भररस्त्यात खांबासारखा उभा राहतो.

नियमितपणाचे वेडही असेच आहे. माझ्या माहितीचे एक गृहस्थ आहेत. दररोज दुपारी ते बाराच्या तोफेबरोबर चित्राहुती घालतात. एखाद्या दिवशी घरात स्वयंपाक लवकर तयार झाला आणि 'पानं वाढली आहेत' म्हणून वर्दी आली तर ते घड्याळ घेऊन पाटावर जाऊन बसतात आणि बाराला पाचदहा मिनिटे कमी असली तर खुशाल ताटातला भात गार होऊ देतात. घड्याळात दोन्ही काट्यांचे मीलन झाले की, ते तोंडात घास घालतात!

विनोद हे एककल्लीपणाच्या डोळ्यात घालायचे उत्तम अंजन होय असे म्हणतात. त्याच्या साहाय्याने लेखकाने या लघुनिबंधाला कशी रंगत आणली आहे ते पाहा.

कोणा एका थोर गृहस्थाची आख्यायिका सांगतात, की त्याच्या जाण्यायेण्याच्या वेळेवरून लोक घड्याळे लावून घेत असत. मी तरी या गृहस्थाला थोर म्हणण्याऐवजी घड्याळाचा गुलाम म्हणेन! माणसाने स्वतःच्या सुखसोयीसाठी घड्याळाचा शोध लावला आणि आम्ही केव्हा काय करावे या संबंधात घड्याळाने आमच्यावर सोटेशाही चालवावी हे किती लांछनास्पद!

मी तर या गृहस्थाला स्पष्ट म्हटले असते,

''अरे गृहस्था! अनियमित वागून होतं तरी काय, हे पाहण्याच्या साध्या कुतूहलानं तरी एक दिवस अनियमित वागायचं होतंस!'' रोज त्याच वेळी तेच करण्याचा काय हा यांत्रिक मठ्ठपणा! मला वाटते, 'नेमेचि येतो मग पावसाळा । हे सृष्टिचे कौतुक जाण बाळा ।' हे प्रख्यात काव्य रचणारा महाकवी या लोकांचा गुरू असावा! नेमलेल्या वेळी बिनचूक पावसाळा येतो यात कौतुक कसले? नेमलेल्या वेळी न आला तरच कौतुक! सूर्य रोज उगवतो त्याचे कुणालाच कौतुक वाटत नाही. पण तोच धूमकेतू केव्हा तरी अचानकपणे आकाशात सुळकांडी मारून जातो, त्याचे किती कौतुक वाटते! त्याचप्रमाणे सूर्य एखादे दिवशी न उगवेल तर खरे कौतुक!

अनियमितपणाने आयुष्याला येणारे वैचित्र्य किंवा अचानकपणाची खुमारी या वक्तशीर लोकांना जन्मात चाखायला मिळायची नाही. या अचानकपणावरून मला एक मोठी गमतीची गोष्ट आठवते. एक गृहस्थ माझी नेहमी स्तुती करीत असे आणि स्तुती कुणाला आवडत नाही? साहजिकच तो मनुष्य मोठा भला आहे अशी माझी कल्पना होती आणि माझ्याविषयीही त्यांचे फार चांगले मत आहे असे मला वाटत होते. एकदा त्याने मला तीन वाजता चहाला बोलाविले होते. पण काही कारणामुळे मी अडीच वाजताच अचानकपणे त्याच्या दाराशी पोहोचलो. मी आल्याची चाहूल आत लागली नव्हती. त्यामुळे जोडा काढीत असता माझ्यासंबंधी पुढील उद्गार तो आपल्या दुसऱ्या एका मित्राशी काढीत असलेले माझ्या कानावर पडले, ''ती पीडा येईल आता तीन वाजता! खरं म्हटलं तर मी त्याला बोलावणार नव्हतो आज, पण म्हटलं वकील आहे. उपयोग होतो केव्हा केव्हा फुकटात नोटिसा द्यायला!''

मी पाय न वाजवता मागच्याच पावली घरी परत गेलो. दुसऱ्या दिवशी हा गृहस्थ मला रस्त्यात भेटला. तेव्हा या कानापासून त्या कानापर्यंत हसतमुख करून तो अगदी कळवळ्याने म्हणाला, ''काल आलात नाही तुम्ही, विरस झाला आमचा अगदी!'

''अस्सं!'' मी म्हणालो.

वरील गोष्टीवरून मात्र जर कुणी अनियमित वागण्याचा नियम करील तर तेही अनियमितपणाच्या सर्व दोषांमुळे तितकेच कंटाळवाणे होईल. असाच एक गृहस्थ आहे. त्याला तुम्ही जर पाच वाजता चहा प्यायला बोलावलेत, तर तो नेमका सहा वाजता यावयाचा! त्याचा हा अनियमितपणा इतका नियमित झाला आहे, की त्याला पाच वाजता चहाला बोलवावयाचे असल्यास आम्ही त्याला बरोबर चार वाजता ये म्हणतो, एवढेच! असल्या अनियमितपणात काहीच अर्थ नाही.

वक्तशीरपणावरचे वक्ते नेहमी कंठरवाने सांगतात, की नेपोलियनच्या रणांगणावरील यशाची गुरुकिल्ली हीच, की तो नेहमी ठरलेल्या वेळेच्या आधीच दहा मिनिटे रणांगणावर हजर असायचा. पहिली गोष्ट ही, की दहा मिनिटे आधी हजर राहणे हा मुळी वक्तशीरपणा नव्हे. दुसरी गोष्ट अशी, की तो जर नियमितपणे दहा मिनिटे आधी येत असे, तर त्याच्या शत्रूंनी फक्त एकच गोष्ट करायची. नेपोलियनच्या येण्याची वेळ कळली, की त्याच्या आधी पंधरा मिनिटे रणांगणावर ठाण मांडायचे! पण माझ्या मते ही आख्यायिकाच मुळी अजिबात खोटी असावी. नेपोलियन इतका मूर्ख असता, तर तो कधीच यशस्वी झाला नसता. मला वाटते, केव्हा केव्हा ठरलेल्या वेळेच्या आधीच दहापंधरा मिनिटे, तर कधीकधी दोन-तीन तास उशिराच तो रणांगणावर जात असावा! व त्यामुळे त्याचे शत्रू गोंधळून जाऊन पराजित होत असावेत. नाहीतर साडेतीनची वेळ असली, की हा तीन वाजून वीस मिनिटांनीच रणांगणावर येणार हे माहीत असूनसुद्धा ते जर वेळेवर येत नव्हते, तर ते शत्रूच बावळट असले पाहिजेत आणि असल्या बावळटांवरच जर नेपोलियनने विजय मिळविले असतील, तर त्यात मला तरी त्याचा काही मोठेपणा दिसत नाही!

नेपोलियनची गोष्ट कशाला? मी स्वत: असल्या डावपेचांनी माझ्या शत्रूंचे हल्ले परतविले आहेत. एकदा माझा एक शाळेतला दोस्त कितीतरी वर्षांनी रस्त्यात भेटला. बोलता बोलता आपण सध्या एका विमा कंपनीचे एजंट आहोत हे तो बोलून गेला आणि काही वेळाने त्याने सहज प्रश्न केला, की ''तू घरी केव्हा असतोस रे?'' या साध्या प्रश्नाच्या मागून डोकावत असलेला त्याचा पापी हेतू माझ्या तेव्हाच ध्यानात आला! शाळेत दोस्ती केल्याच्या अपराधाबद्दल हा माझा असा सूड घेईल असे मला वाटले नव्हते! मी त्याला हसत हसत उत्तर दिले, ''सकाळी आणि संध्याकाळी बहुतेक असतो मी घरी.'' त्या दिवसापासून आपल्या सर्व कामाकरिता सकाळ संध्याकाळ बाहेर फिरायचे व फक्त दुपारी आणि मध्यरात्रीनंतर घरी राहायचे, असा परिपाठ मी सुरू केला. त्या अवधीत बरेच वेळा तो घरी येऊन गेल्याचे मला कळले. इतक्यात एका भयंकर विचाराने माझ्या छातीत धस्सदिशी गोळा आला. काय हा आपण भलताच नियमित अनियमितपणा चालवला आहे! एकदम आपले जुने डावपेच बदलून हा एखाद्या दिवशी दुपारीच घरी आला तर? पुन्हा दुसऱ्या दिवसापासून मी नवा कार्यक्रम सुरू केला. सकाळ संध्याकाळ घरी राहायचे व दुपारी बाहेर फिरायचे. नेपोलियनपेक्षाही माझे हे डावपेच कल्पनातीत यशस्वी झाले आणि आजतागायत माझा विमा उतरलेला नाही!

नाहीतर आपण आपले जातो आहोत रोज वेळच्या वेळी आणि लोक लावताहेत आपली घड्याळे आमच्या जाण्यायेण्यावर!

■

अमृत आणि विष

परिचय

आपल्या आजच्या समाजव्यवस्थेत आर्थिक विषमतेचे थैमान जिथे तिथे सुरू आहे. मुंबईसारख्या शहरात मोठमोठ्या तीन-तीन मजली बंगल्यात नोकरचाकर धरूनसुद्धा पुरी दहावीस माणसे राहत नाहीत! पण रात्री फुटपाथच्या दगडाखेरीज डोके टेकायला ज्यांना दुसरी जागा नाही अशी हजारो माणसे त्याच मुंबईत अशा बंगल्यांच्या अवतीभोवती आपली शिणलेली शरीरे रस्त्याच्या कडेला पसरून देत असतात! गोरगरिबांच्या तान्ह्या मुलांना दुधाचा थेंब मिळण्याची आपल्या देशात आज मारामार झाली आहे. पण बड्या लोकांच्या घरची कुठलीही मेजवानी पाहावी! त्यांची कुत्रीमांजरेसुद्धा पक्वान्नांवर यथेच्छ ताव मारीत असलेली दिसतील. या भयंकर विषमतेमुळे दुसऱ्याच्या होळीवर आपली पोळी भाजून घेण्याची सवय मनुष्याच्या अंगवळणी कशी पडते आणि त्याची माणुसकी हळूहळू कशी नाहीशी होते हे या निबंधात काणेकरांनी दिग्दर्शित केले आहे.

स्मशानातसुद्धा केव्हा केव्हा गमतीच्या गोष्टी ऐकायला मिळतात असे जर मी म्हटले, तर माझ्यावर कोणीही राक्षसी वृत्तीचा आरोप करील. पण खरोखरच माझ्या एका मित्राने ऐकलेली पुढील गोष्ट किती गमतीची आहे! ती ऐकल्याबरोबर तो आरोप मागेच घ्यावा लागेल. एकदा सहज स्मशानाच्या बाजूला तो फिरायला गेला होता आणि दरवाजाशी असलेल्या जळाऊ लाकडांच्या दुकानाशी तो सहज उभा राहिला असताना आत चाललेला पुढील संवाद त्याच्या कानावर पडला. दुकानदार अगदी मन:पूर्वक आपल्या पाहुण्यांशी बोलत होता.

"काय करावं हो! धंद्याला असे हलाखीचे दिवस अगदी कधीच आले नव्हते बुवा. नाहीतर गेल्या इन्फ्ल्युएन्झाच्या साथीचे दिवस, महाराज, रोजचा गल्ला सांगितला तर तुमचा विश्वास बसणार नाही!"

मुंबईची त्या वेळची हवा अत्यंत छानदार होती. रोगराई काही नव्हती आणि

एकंदर शहराचे आरोग्य उत्तम असल्यामुळे लोकांना आनंद वाटण्यासारखी ती गोष्ट होती, पण त्यावेळीही त्या स्थळी असा एक मनुष्य होता, की जो दु:खात चूर झाला होता आणि इन्फ्ल्युएन्झाच्या साथीत सारी जनता हवालदिल झाली असताना जो आनंदाच्या सागरात पोहत होता!

कोणी म्हणेल की, शेजारच्या घराला आग लागली असताना त्यावर स्वत:ची पोळी भाजून घेण्याचाच हा प्रकार! पण माझ्या मते वरीलप्रमाणे त्या दुकानदारावर दुष्ट हेतूचा आरोप करणे न्याय्य होणार नाही. त्याची अशी इच्छा नव्हती, की खूपसे लोक मरावे व त्यावर आपली चलती व्हावी! पण पोटाचा धंदाच लाकडे विकण्याचा असल्यामुळे तो धंदा खालावल्याबरोबर दु:ख होणे व धंद्याला ऊर्जितावस्था आली असता आनंद होणे साहजिकच होते. अर्थात असे होण्याची कारणे काय होती, याची त्याला स्पष्ट जाणीव खास नव्हती. पण प्रस्तुत समाजाची रचनाच मुळी एक प्रकारच्या विषमतेच्या पायावर झालेली असल्यामुळे वरील प्रकार होणे अगदी अपरिहार्य आहे आणि त्यावरून एखाद्या व्यक्तीला दुष्ट अगर सुष्ट म्हणणे केव्हाही योग्य होणार नाही.

सध्याच्या समाजव्यवस्थेत एका वर्गाचे हितसंबंध दुसऱ्या वर्गाशी असे काही निगडित झाले आहेत की, एकाला जे अमृत ते दुसऱ्याला विष! वस्तू खूप महाग विकणे हे विकणाराचे ध्येय, तर त्या वस्तूला शक्य तितकी कमी किंमत देणे ही विकत घेणाराची महत्त्वाकांक्षा! बर्नार्ड शॉ आपल्या एका नाटकाच्या प्रस्तावनेत म्हणतात, की एखाद्या शहराला जितक्या डॉक्टरांची जरुरी आहे तितकेच डॉक्टर तेथे राहू द्यावेत आणि तेसुद्धा सरकारी पगारावर! नाहीतर समाजाला ते धोक्याचे आहे. लोकांच्या शरीराची चिरफाड करणे हे जर उपजीविकेचे साधन असेल, तर पोटाला चिमटा बसायचा प्रसंग आला असताना काहीतरी थाप मारून एखाद्याचा न कापता बरा करण्यासारखा अवयव कापून टाकण्याचा मोह एखाद्या शस्त्रकलाविशारदाला का होणार नाही? म्हणूनच समाजाच्या अत्यंत जिव्हाळ्याचा असा हा धंदा खासगी उत्पन्नाची बाब करून गबर होण्यासाठी वाटेल तितक्या व्यक्तींना मोकळा ठेवणे धोक्याचे आहे. नाहीतर वर उल्लेखिलेल्या लाकूडविक्यासारखा प्रकार व्हायचा! पण समाजाचे सर्वच व्यवहार जोपर्यंत चढाओढीच्या तत्त्वावर अधिष्ठित झालेले आहेत आणि खासगी मालमत्ता हेच सर्व व्यवहारांचे ध्येय आहे, तोपर्यंत डॉक्टरीच्याच एका धंद्याला हे तत्त्व लागू करणे केवळ मूर्खपणाचे होईल. सर्व उत्पादनांच्या आणि समाजहिताच्या साधनांवर जोपर्यंत सर्व समाजाची सत्ता नाही आणि चढाओढीचे जीवन हेच समाजाला शांतिप्रद आणि हितावह आहे असे जोपर्यंत स्वत:ला मानवतेचे मित्र म्हणविणारे, पण खरोखर बुद्धिवान बदमाश असलेले समाजाचे नेते म्हणत आहेत, तोपर्यंत असले हे प्रकार चालायचेच. मग ते कितीही विचित्र दिसोत

किंवा कोणाला ते कितीही कडू वाटोत!

आद्य नाट्यछटाकारांच्या 'पंत मेले' आणि 'राव चढले' या नाट्यछटा मला आठवतात. एकासमोर एक अशा त्या छापल्या आहेत. पहिल्या छटेत पंत मेल्यानंतरचे त्यांच्या घरचे हृदयद्रावक नाट्यचित्र रेखाटले आहे. बाप मेल्यामुळे पोरका झालेला मुलगा माधुकरी मागावयाला जाताना आपल्या रडणाऱ्या बहिणीला 'रडू नको, मी वरणभात आणून तुला घालीन, आईला तू बाबांसंबंधी विचारून रडवू नकोस' अशा तऱ्हेने समजावीत आहे.

दुसऱ्या छटेत पंत मेल्यामुळे रिकामी झालेली जागा रावांना मिळून पाच रुपये प्रमोशन मिळाल्यामुळे त्यांच्या घरी झालेला आनंदीआनंद वर्णिला आहे. हपिसातून येताना पेढे घेऊन राव घरी आले आहेत. आपल्या सोनीला, बापूला देवाच्या पाया पडा म्हणून सांगून हवे तितके पेढे उदारपणे देत आहेत. मित्राला सांगताहेत की, 'इतके दिवस रात्रंदिवस वाट पाहिल्याचे परमेश्वराने शेवटी सार्थक केले! सहा वर्षांनी पंधराचे वीस रुपये झाले आणि तेसुद्धा पंत मेले आणि त्यांची जागा मिळाली म्हणून!'

आता बिचाऱ्या रावांना आणि त्या गरीब बापड्या लाकूडविक्याला दोष द्यायचा, की असल्या प्रसंगांना वाव देणारी दुष्ट समाजरचना बदलायची!

दुसऱ्याच्या डोळ्यांनी पाहण्याची सवय

परिचय

जगात गैरसमज, दु:खे आणि भांडणे यांना तोटा नाही हे आपण नित्य पाहतो. या सर्वांच्या मुळाशी केवळ मनुष्याचा दुष्ट स्वभावच असतो काय? छे! अनेकदा केवळ अज्ञानामुळे आपण दुसऱ्याच्या हेतूंविषयी, उद्गारांविषयी किंवा त्याच्या हातून घडणाऱ्या वर्तनाविषयी आपले मन कलुषित करून घेतो. शाळेत उशिरा येणारा प्रत्येक मुलगा काही उडाणटप्पू असत नाही. एखादेवेळी तो वार लावून जेवणारा गरीब विद्यार्थी असतो. ज्याच्या घरी त्याचा वार असतो तिथली नाही नाही ती कामे त्याला करावी लागतात आणि म्हणून त्याला शाळेला यायला उशीर होतो. पण केवळ नियमावर बोट ठेवून वागणाऱ्या एखाद्या शिक्षकाला ही साधी गोष्टसुद्धा कधीकधी दिसू शकत नाही असा अनुभव आहे.

व्यवहारातही असेच प्रकार नित्य घडत असतात. 'अ' 'ब'ची बाजू जाणून घेत नाही, 'ब'ला 'अ'ची बाजू पाहण्याची इच्छा होत नाही आणि त्यामुळे दोघांमधल्या कुरबुरीची जी ठिणगी जागच्या जागी सहज विझली असती, तिचे न कळत मोठ्या आगीत रूपांतर होते.

'लोकांनी तुमच्याशी जसे वागावेसे तुम्हाला वाटते, तसेच तुम्ही लोकांशी वागले पाहिजे.' 'Do unto others as you wish to be done by!' ह्या ख्रिस्ताच्या उपदेशाचे मर्म तरी दुसरे काय आहे? दुसऱ्याच्या डोळ्यांनी पाहण्याची सवय मनुष्याला ज्या दिवशी लागेल, त्या दिवशी या जगातील निम्मी दु:खे नाहीशी होतील!

एक फार सुंदर ढाल होती. तिची एक बाजू संपूर्ण सोन्याची व दुसरी सबंध बाजू चांदीची होती. त्या ढालीच्या उभय बाजूंना उभे राहून दोन गृहस्थ तावातावाने भांडत होते. चांदीच्या बाजूचा गृहस्थ ती ढाल चांदीची आहे असे घसा फोडून सांगत

होता व सोन्याच्या बाजूचा गृहस्थ ''तू महामूर्ख आहेस, ही ढाल सोन्याची आहे!'' म्हणून त्या दुसऱ्या गृहस्थाला बजावीत होता. भांडण अगदी विकोपाला जाऊन आता हमरीतुमरीवर येणार, इतक्यात तेथून एक तिऱ्हाईत गृहस्थ चालला होता. त्याचे या भांडणाकडे लक्ष जाऊन त्याने ढालेच्या दोन्ही बाजू पाहिल्या व त्या भांडणाऱ्या गृहस्थांना तो म्हणाला, ''जरा ऐकाल का? तुम्ही एकमेकांच्या जागा बदला आणि मग पाहा तुमचं भांडण मिटतं की नाही ते!'' दोघांनीही जागा बदलल्या आणि पाहतात तो काय! 'चांदीची आहे, चांदीची आहे' म्हणून घसा फोडणारा उद्‌गारला, ''अरे, खरेच सोन्याची आहे की!'' तीच स्थिती सोन्याची आहे म्हणणाराची झाली आणि आपल्या भांडणात काहीच तथ्य नव्हते अशी दोघांचीही खात्री पटली.

या गोष्टीची आठवण व्हायचे कारण एवढेच की, नुकताच अगदी अशाच तऱ्हेचा एक कडाक्याचा वादविवाद माझा आणि माझ्या एका मित्राचा झाला. एका प्रसिद्ध लेखकाचा लघुकथासंग्रह आम्ही वाचायला घेतला होता आणि आम्ही दोघेही त्याविषयी बोलत होतो.

''भिकार आहे पुस्तक अगदी!'' माझा मित्र उद्‌गारला.

''काय? भिकार आहे?... इतक्या सुंदर लघुकथा मराठीत अजून कुणीच लिहिलेल्या नाहीत, असं मला वाटतं!'' मी म्हणालो.

''खूपच रसिक आहात तर मग तुम्ही!'' तो हेटाळणीच्या स्वरात म्हणाला. झाली भांडणाला सुरुवात! बराच वेळ शब्दाशब्दी झाल्यावर मी म्हणालो, ''कुठच्या रे गोष्टीला तू भिकार म्हणतोस?''

तो म्हणाला, ''अमुक...''

ती गोष्ट मी वाचलेली नव्हती. त्याचप्रमाणे ज्या गोष्टीचे नाव मी सांगितले, ती त्याने वाचलेली नव्हती. शेवटी त्याने सांगितलेली गोष्ट मी वाचून पाहिली. ती खरोखरच टाकाऊ होती. लेखकाचा तो अगदी नवशिका प्रयत्न होता आणि मी सुचविलेली गोष्ट वाचून पाहिल्यावर ती उत्कृष्ट असल्याचे माझ्या मित्राचेही मत पडले.

आपली कितीतरी भांडणे अशाच प्रकारची असतात. दुसऱ्याची भूमिकाच समजून न घेता आपण बोलतो आणि केव्हा केव्हा याचा परिणाम परस्परांच्या अंत:करणात निष्कारण कडूपणा उत्पन्न करण्यात होतो. मला वाटते दुसऱ्याच्या डोळ्यांनी पाहण्याची थोडीशी तरी सवय आपण प्रत्येकाने लावून घेतली पाहिजे.

मात्र केव्हा केव्हा विरुद्ध भूमिकांवरून एकाच गोष्टीचा विचार करताना भांडणे न होता आश्चर्यकारक मतैक्यसुद्धा होते. एकदा एका आजीबाईंचे आणि माझे कमालीचे एकमत झाले!

“हल्लीच्या बायका अगदीच नि:सत्त्व!” आजीबाई संतापाने म्हणाल्या.

“नाहीतर काय?...” मी म्हणालो.

आजीबाई अगदी खूश झाल्या माझ्यावर, पण जर का कुणी आमचे असे मत का आहे म्हणून कारणे विचारली असती, तर मात्र मोठाच घोटाळा झाला असता! आजीबाई आधुनिक बायकांना वाईट म्हणत होत्या, कारण आजीबाईंना हव्या होत्या तितक्या त्या मागासलेल्या नव्हत्या म्हणून! आणि मी त्यांना वाईट म्हणायचे कारण माझ्या कल्पनेइतक्या त्या पुढारलेल्या नव्हत्या म्हणून! तरी पण केव्हा केव्हा उत्तर ध्रुवाशी दक्षिण ध्रुवाची अचानकपणे गाठ पडते ती अशी!

वरील सर्व विवेचनावरून जर कुणी असा तर्क करील की, मी सुवर्णमध्यवादी संशयात्मा आहे म्हणून, तर मात्र मला त्याचा लगेच इन्कार करावा लागेल. माझे म्हणणे एवढेच की, नेहमी दुसऱ्याची भूमिका समजून घेण्याचा प्रयत्न करावा. त्याचा अर्थ असा नव्हे की, नेहमी दोन्ही बाजूंना थोडे थोडे सत्य असतेच व आपण वेळीअवेळी दोहोंच्या मधलीच बाजू मांडीत राहावे! वाघाच्या आणि बकऱ्याच्या धडपडीत बकऱ्याने ‘प्राण वाचवा’ म्हणून आक्रोश केला असता आमचे सुवर्णमध्यवादी म्हणणार की, “थांबा! बकऱ्याची बाजू समजली, आता वाघाची बाजू काय आहे ती आपण शांतपणे समजून घेतली पाहिजे! आणि मगच काय करायचे ते ठरविले पाहिजे.”

एका सुवर्णमध्यवादी याचकाचा एक सुरेख युक्तिवाद मला आठवतो, तो सांगितल्याशिवाय माझ्याने राहवत नाही.

यजमानाकडे काही मागण्याकरिता हा गृहस्थ गेला असता त्याला हात हलवीत परत जावे लागले, तेव्हा त्याने पुढीलप्रमाणे स्वत:चे समाधान करून घेतले.

“काही मिळेल अशी आशा वाटत होती, ती व्यर्थ झाल्यामुळे दु:ख झाले. पण यजमान कमरेवर लाथ मारून घालवून देईल अशी मला सारखी भीती वाटत होती, ती निराधार ठरल्यामुळे आनंदही झाला!” मला वाटते सुवर्णमध्यवादाचा हा परमोत्कट बिंदू होय!

■

छोटे चोर आणि मोठे चोर

परिचय

विषमतेने भरलेल्या आजच्या समाजरचनेत चोर फक्त तुरुंगातच असतात असे नाही, ते मोठमोठ्या बंगल्यातही आढळतात!

या दुसऱ्या प्रकारच्या लोकांना समाजात कुणी चोर म्हणत नाही ही गोष्ट निराळी, पण त्यांनी मिळविलेली अफाट संपत्ती ही एक प्रकारची सामाजिक चोरीच असते. एका समाजवादी तत्त्ववेत्त्याने 'Property is theft' असे जे म्हटले आहे ते याच अर्थाने. आजच्या समाजरचनेत पैशाकडे पैसा जातो. प्रामाणिकपणाने शारीरिक कष्ट किंवा बौद्धिक श्रम करणारांना बहुधा तो पोटापुरतासुद्धा मिळत नाही. 'कष्टावाचून मिळविलेले अन्न हे चोरीचे अन्न आहे' असे आपली भारतीय संस्कृतीही मानीत आली आहे. असंग्रह हे गांधीजी एक पवित्र व्रत मानतात त्याचेही मर्म हेच आहे. पण या व्रताचे पालन करणारी माणसे जगात कितीशी निघतात? जिकडेतिकडे आज पैसा लोकांना नाचवीत आहे, पापाला प्रवृत्त करीत आहे, लक्षाधीश कोट्यधीश होण्याकरिता धडपडत आहे. कोट्यधीशाला कुबेर होण्याची स्वप्ने पडत आहेत. हे सर्व लोक काणेकरांच्या दृष्टीने जगातले मोठे चोर होत.

पूर्वाश्रमी नाना तऱ्हेच्या धाडसी चोऱ्या करून प्रसिद्धीस आलेल्या आणि आता वृद्धापकाळी शांतपणे ईश्वरभजनात वेळ घालवणाऱ्या एका प्रख्यात अमेरिकन चोराची एक मुलाखत मी कुठेशी वाचली. मुलाखत मोठी मनोरंजक आणि बोधप्रद आहे. खरे चोर आणि भुरटे चोर यांच्यामधला भेद त्यांनी मोठ्या मार्मिक रीतीने विशद केला आहे. तो म्हणतो की, खरा चोर आपल्या साथीदाराचे नाव प्राण गेला तरी बाहेर फोडणार नाही. त्याचप्रमाणे आपला साथीदार गैरहजर का असेना, चोरी केलेल्या मालमत्तेतील त्याचा वाटा तो कधीही गिळंकृत करण्याचा प्रयत्न करणार नाही.

चोरीच्या धंद्याचेसुद्धा नीतिशास्त्र आणि तत्त्वज्ञान आहे हे पाहून पहिल्यांदा मला किंचित आश्चर्य वाटले, पण जरा खोल विचार करता बऱ्याचशा तत्त्वज्ञानांचा आणि नीतिशास्त्रांचा उगम आपण करीत असलेल्या कृत्यांच्या समर्थनार्थ काहीतरी तात्त्विक इंद्रजाल उभे करण्याच्या मनोवृत्तीतच सापडतो असे मला वाटते. या विधानाची सत्यता, चोरी करू नये असे प्रतिपादन करणाऱ्या लोकांच्या तत्त्वज्ञानाची बारकाईने छाननी केल्यास आपणाला लगेच पटेल. या सर्व तत्त्वज्ञानाची उभारणी मालकी हक्काच्या जाणिवेवर झाली आहे. कारण चोरी म्हणजे काय? दुसऱ्याच्या मालकीची वस्तू त्याच्या परवानगीशिवाय घेणे. अर्थात मालकी हक्काच्या जोरावर सर्व समाजाचे नियंत्रण करून जे आपली चैन अबाधित चालवितात, त्या सत्ताधारी वर्गाने चोरी हा भयंकर गुन्हा ठरवून त्याला कडक शिक्षा ठेवली, यात काहीच नवल नाही. सबंध कायदेशास्त्र आपले हे मालकी हक्क अबाधित राखण्याकरिताच सत्ताधारी वर्गाने निर्माण केले आहे आणि कायदा हा धर्माच्या आणि नीतीच्या पायावर उभारला आहे, वगैरे वगैरे तत्त्वज्ञानाच्या गोड थापांनी बहुजन समाजाच्या डोळ्यांत धूळ फेकून आपल्या सत्तेचे आसन स्थिर ठेवण्याचे एक प्रभावशील साधन म्हणूनच कायद्यांचा उपयोग सत्ताधारी वर्ग करीत असतो.

कोर्टात पाहिलेला एक उद्बोधक प्रसंग मला आठवतो. एका मॅजिस्ट्रेटच्या घरी झालेल्या चोरीचा एक खटला दुसऱ्या एका मॅजिस्ट्रेटसमोर चालला होता. चार किंवा पाच रुपयांची चोरी झाली होती. चोराला आणून मॅजिस्ट्रेटसमोर उभा केला. अगदी कंगाल दिसत होता तो. पण त्याचे डोळे मात्र कमालीचे पाणीदार दिसत होते. त्याला प्रश्न विचारल्यावर त्याने आपली हकिकत सांगायला सुरुवात केली. पूर्वी तो गिरणीत काम करणारा मजूर होता. दीड वर्ष सारे शहर पालथे घालूनही त्याला कुठे काम मिळत नव्हते. बेकारीने मेटाकुटीला येऊन शेवटी त्याने हा चोरीचा मार्ग पत्करला. आपल्या कृत्याचे तो मोठ्या जोराने समर्थन करीत असता त्याचा आणि मॅजिस्ट्रेटचा काहीतरी खटका उडाला आणि मॅजिस्ट्रेट त्याच्या अंगावर 'चोर' म्हणून ओरडला. एक क्षणभर तो मनुष्य थबकल्यासारखा दिसला. त्याच्या डोळ्यांतून संतापाच्या ज्वाला बाहेर पडतातशा दिसू लागल्या.

"मी चोर?" तो ओरडला, "तर मग मला काम न देता उपाशी मारून मोटार उडविणारे तुम्ही पैसेवाले लोक बडे चोर आहात!"

त्याचे शब्द पुरे व्हायच्या आधीच कोर्टाच्या रखवालदारांनी त्याला चूप केला आणि कोर्टाचा उपमर्द केल्याबद्दल त्याला होणार होती त्यापेक्षाही अधिक शिक्षा झाली, ही गोष्ट वेगळी. पण छोट्या आणि मोठ्या चोरांची ती चकमक पाहण्यासारखी झाली यात शंका नाही.

तो चोर म्हणाला त्यात मला तरी काही चूक दिसत नाही. आपला फायदा व

चैन जशीच्या तशी चालू राहण्याकरिता ज्या जागी गिरणीत चार माग एक मजूर सांभाळीत होता, त्या जागी एका मजुराला आठ माग चालवावयाला लावून मजुरीत बचत करायची व बेकारी वाढवायची आणि काम करून प्रामाणिकपणे पोट भरू इच्छिणारा, पण आपणच बेकार केलेला भुकेकंगाल मजूर पोट जाळण्याकरिता चोरी करू लागला की, त्याला 'चोर' म्हणायचे! दुसऱ्याच्या श्रमाने उत्पन्न होणारी संपत्ती त्याला धड पोटापुरतेही न देता आपण घशाखाली कोंबायची आणि असली ही शिष्टसंमत चोरी करून केवळ त्या चोरीच्या परिणामामुळे कंगाल झालेल्या दुसऱ्या माणसाने या संपत्तीतला लवमात्र भाग उचलला तर त्याला 'चोर' म्हणून शिक्षा करावयाची! चोराच्या उलट्या बोंबा म्हणतात, त्या अशाच असाव्या.

पण सध्या आपण ज्या तऱ्हेच्या समाजव्यवस्थेत राहत आहोत त्या तऱ्हेच्या व्यवस्थेत या असल्या उलट्या बोंबांनाच तत्त्वज्ञान आणि नीतिशास्त्र म्हणतात. एका माणसाने दुसऱ्या माणसाला ठार मारले की, त्याला खुनी म्हणतात; पण सत्ताधारी वर्गाच्या अमानुष महत्त्वाकांक्षा पुऱ्या होण्याकरिता एखाद्या महायुद्धात भाग घेऊन तुम्ही पाचपन्नास मुडदे पाडलेत, की वीराग्रणी म्हणून तुमचे स्मारक उभारले जाते! पोटाकरिता दुसऱ्याचे पाच रुपये उचलले तर त्याला चोरी म्हणतात, पण साम्राज्यवृद्धीच्या हावेने राष्ट्रेच्या राष्ट्रे खिशात घालण्याच्या कलेला मुत्सद्देगिरी म्हणतात. पण सत्ताधारी वर्गाकडून पोसल्या जाणाऱ्या तत्त्वज्ञान्यांनी आणि नीतिशास्त्रज्ञांनी तरी दलितवर्गाने जे केले असता चोरी, गुन्हेगारी किंवा बंड असे म्हणायचे, तेच सत्ताधारी वर्गाने केल्यास त्याला समाजधारणा, राष्ट्रसेवा किंवा मुत्सद्देगिरी अशी गोंडस नावे का देऊ नयेत?

■

माझा स्वभाव असा आहे

परिचय

लेखकाच्या मनुष्यस्वभावाच्या मार्मिक निरीक्षणातून हा लघुनिबंध निर्माण झाला आहे. माणसे जसे बोलतात तशी वागत नाहीत, ती तोंडावर एक, तर पाठीमागे दुसरे बोलतात. त्यांच्या भोवतालची सृष्टी निराळी आणि त्यांची स्वप्नसृष्टी निराळी! ही विसंगती का निर्माण होते याचे मोठे मनोरंजक विवेचन या लघुनिबंधात आले असून, मानसशास्त्राच्या दृष्टीनेसुद्धा ते तर्कशुद्ध आहे. परमेश्वराची कल्पना कशी निर्माण झाली असावी यासंबंधीचा शेवटचा परिच्छेद या दृष्टीने विशेष मननीय आहे.

"माझा आपला सरळ स्वभाव आहे! पाहिजे तर चार पैसे मागून घेईन, पण तुमचा एक तांब्याचा तुकडा जरी कुठं पडलेला असला, तरी त्याला हात लावणार नाही! हो, आपला व्यवहार सरळ!" या वाक्याने आपले ब्रीद जाहीर करीत आमच्या नव्या स्वयंपाकिणीने घरात प्रवेश केला. सर्व मंडळी खूश झाली तिच्या मोकळ्या स्वभावावर, पण मी मात्र छातीवर हात ठेवून सांगितले की, ही चोऱ्या केल्याशिवाय राहत नाही! आणि लवकरच बडा भविष्यवादी म्हणून माझी घरात ख्याती झाली. पण भविष्यज्ञानाची या गोष्टीला काहीच जरुरी नव्हती. खरोखर सरळ असलेले माणूस आपल्या सरळपणाची दवंडी पिटीत फिरत नाही. त्याचा सरळपणा वागणुकीत दिसतो, स्वत:च्या सरळपणाचे जाहीरनामे काढण्यात दिसत नाही.

पण मनुष्यस्वभाव मात्र हा असा आहे खरा! आमचे गणूकाका आज वीस वर्षे मला सांगत आहेत.

"माझा स्वभाव भयंकर रागीट आहे! एकदा राग आला, मग काय करीन नि काय नाही, त्याचा नेम नाही!" हे वाक्य मी सतत वीस वर्षे ऐकतो आहे. पण या वीस वर्षांत मी एकदाही त्यांना खरोखर रागावलेले किंवा रागावून विशेष काही करताना पाहिल्याचे आठवत नाही. त्यांचा एक मित्र आहे, तो नेहमी काही ना काही करून त्यांच्याकडून पैसे काढीत असतो आणि परत कधीच देत नाही. एकदा

काकांना पैशाची फार जरूर होती आणि त्या मित्राने त्या दिवशी पैसे आणून द्यायचे कबूल केले होते. त्याची यायची वेळ टळत चालली तसे काका मला सांगू लागले, ''त्याला माहीत नाही माझा स्वभाव किती भयंकर रागीट आहे तो! आता येऊ द्या त्याला पैशाशिवाय, मग पहिल्यांदा मुळी दोन कानशिलातच वाजवतो; मग पुढच्या गोष्टी!''

इतक्यात तो मित्र येत असलेला माझ्या दृष्टीस पडला. आता वीस वर्षांनी आपणाला एक भयंकर, रोमहर्षक दृश्य पाहायला मिळणार, म्हणून मी श्वास कोंडून धरून वाट पाहत उभा राहिलो. तो मित्र जो सरळ गणूकाकाजवळ आला तो एकदम उद्‌गारला, ''काल तीन वेळा ती चक्कर येऊन पडली रे! ॲनिमिया झालाय म्हणे! आठ इंजेक्शनं दिली पाहिजेत. डॉक्टर म्हणतात, नाहीतर धडगत नाही आणि माझ्या खिशात तर विष खायला पैसा नाही!'' तो गृहस्थ अगदी रडकुंडीला येऊन बोलत होता.

''अरे, असा वैतागतोस काय? काहीतरी उपाय केलाच पाहिजे वेड्या!'' गणूकाका विरघळून म्हणाले.

''पाच रुपये दे रे मला, मग देतो तुझे,'' असे म्हणून गणूकाकांनी माझ्याकडून पाच रुपये घेतले आणि त्या गृहस्थाला देऊन त्याला वाटेला लाविले. मी थंडच पडलो! तो गृहस्थ गेल्यावर मी म्हणालो, ''काका, तुम्ही त्याच्या कानशिलात वाजवणार होता ना, मग झालं काय?''

''अरे बाबा, वेळवखत बघून रागावलं पाहिजे. दारावर आलेल्या माणसाला काय मारून घालवून देतात?'' असे म्हणून काकांनी मलाच मूर्ख ठरवला!

अशी जर वस्तुस्थिती आहे, तर यत्किंचितही सरळ नसलेला माणूस 'माझा स्वभाव आपला सरळ आहे!' आणि मुळीच रागीट नसलेला माणूस 'माझा स्वभाव असा भयंकर रागीट आहे...' असे लोकांच्या कानी-कपाळी ओरडत का फिरतो? मला वाटते, आपणामध्ये एक मनाचा विशिष्ट दुबळेपणा आहे आणि आपण तसे नाही असे जर जगाला भासविले नाहीतर आयुष्यातील धकाधकीच्या प्रसंगांच्या माऱ्याने आपले व्यक्तित्व कुठल्या कुठे उडविले जाईल, या भीतीने प्रत्येक मनुष्य आपल्याभोवती काहीतरी नसत्या गुणाच्या चिनी भिंती उभारीत असावा! आपणात नाही ते आहे असे भासविण्याचा हा मनुष्यस्वभाव म्हणजे आत्मसंरक्षणाचे एक मनोमय चिलखत! कितीतरी उदारहृदयी माणसे, 'मी एक कवडीही कुठच्या धर्मादायाला देणार नाही!' असे निक्षून सांगत असतात आणि गुप्त रीतीने कितीतरी परोपकार करीत असतात. आपण उदार आहोत असे बाहेर कळल्यास याचकांच्या झुंडीवर झुंडी लोटून आपल्या औदार्याचा अन्याय्य फायदा घेतला जाईल या एकाच भीतीने हे लोक आपण मुळीच उदार नाही असे भासवीत असावेत.

आपण जसे नाही तसे आहोत असे दाखविण्याचे कदाचित निराळेही कारण असेल. आपणात जे काही नाही ते असावे किंवा आपण आहोत त्यापेक्षा कितीतरी पटीने मोठे किंवा निराळे असावे, अशी जबरदस्त आवड प्रत्येक माणसाला असते. अंतर्मनात दबून राहिलेल्या या इच्छा आणि आकांक्षा मनुष्य निरनिराळ्या उपायांनी तृप्त करून घेत असतो. रागीट नसलेला थंड स्वभावाचा मनुष्य कडक स्वभावाचे लोक जगावर सत्ता चालविताना पाहतो आणि आपणही रागीट आहोत अशी कल्पना करून घेऊन, 'माझा स्वभाव असा भयंकर रागीट आहे!' असे सर्वांना सांगत सुटतो! तेवढेच त्याचे समाधान! लहान मुलांच्या इच्छाही या दृष्टीने पाहण्यासारख्या असतात. कुणाला तलवार घेऊन लढाईचे खेळ खेळावेसे वाटतात, तर कुणाला आगगाडीचा ड्रायव्हर होण्याची इच्छा असते! कुणाला दरोडेखोरांच्या टोळीचे नायक व्हावेसे वाटते, तर कुणी लग्नसमारंभातला बँडवाला होऊ इच्छितो. प्रत्येकाला आपण काहीतरी प्रचंड करावेसे वाटते आणि आपापल्या प्रचंडत्वाच्या कल्पनेप्रमाणे प्रत्येकजण तसतशी इच्छा करीत असतो. सकाळपासून संध्याकाळपर्यंत खर्डेघाशी करणारा कारकून, खूपसे कारकून बसले आहेत आणि खरड खरड खरडताहेत असले दृश्य ज्यात आहे, असा सिनेमा पाहायला जाणार नाही. त्याला आवडणारे चित्र म्हणजे सुगंधाने दरवळलेल्या उपवनात सुंदर पोशाख केलेला तरणाबांड राजपुत्र, आपण पळवून आणलेल्या सुकुमार राजकुमारीला आपल्या शक्तिशाली बाहुपाशांत कवटाळीत आहे हे!

मला वाटते, परमेश्वराच्या कल्पनेचे मूळही मनुष्यजातीच्या या स्वाभाविक इच्छेतच असावे. सर्व जगावर सत्ता चालवावी; सूर्य, चंद्र, तारे मन मानेल तसे फिरवावे; ऋतू बदलावे आणि जगाचा गोल तळहातावर नाचवावा, अगणित प्राणी जन्माला घालावे आणि सुचेल तेव्हा मृत्युसदनी पाठवावे, पण आपण मात्र अमर राहावे- मानवाच्या या उत्कट इच्छेचे परिणत स्वरूप म्हणजे चराचरव्यापी, सर्वसाक्षी, सर्वशक्तिमान अशा परमेश्वराची कल्पना! आपण नाहीतरी दुसरा कोणी तरी आकाशात असा आहे आणि तो दयाळू असल्यामुळे आपले बरे करील, ही निराशलेल्या हतबुद्ध मानवाची आशा! दुबळ्या मानवाने आपली कल्पना ताणून स्वत:चे केलेले समाधान!

चमत्कारिक कल्पना

परिचय

काणेकर कुठल्याही गोष्टीकडे केवळ कल्पनेच्या दुर्बिणीतून पाहत नाहीत. अनुभवाच्या सूक्ष्मदर्शक यंत्रातून ते तिचे निरीक्षण करीत असतात.

या निबंधात ध्येयवादाची आवश्यकता प्रतिपादन करताना त्यांनी आपला हा विशिष्ट दृष्टिकोन वापरला असल्यामुळे त्याला बोरासारखी मोठी आंबटगोड लज्जत आली आहे. 'ध्येय म्हणजे दु:खे हे खरे! पण ती उच्च दु:खे असतात' असे वामनराव जोशी म्हणतात. ही ध्येयाकडे पाहण्याची तत्त्वज्ञाची दृष्टी झाली. काणेकर म्हणतात, 'आयुष्यात प्रेमाचा मुळीच अनुभव न येण्यापेक्षा प्रेमभंग झालेला पुरवला असे कुणीतरी कवीने म्हटले आहे ना? ध्येयाचेही तसेच आहे. त्यातले अपेशसुद्धा मनुष्याच्या विकासाला साहाय्य करू शकते. ध्येयशून्यता हा मानवतेच्या दृष्टीने गुन्हा आहे, ध्येयाची विफलता हा नव्हे.'

एक जुनी आठवण झाली की, मला अजूनही हसू येते. माझ्या लहानपणची गोष्ट आहे. शाळेत जात असे मी तेव्हा. आमच्या शेजारी राहणाऱ्या गृहस्थांनी आपली बायको नुकतीच कोकणातून मुंबईला आणली होती. साधी भोळी होती बिचारी बाई. तिची लहान मुलगी एकदा आजारी होती. एके दिवशी दुपारी त्या मुलीचे जरा जास्त झाले. ती बाई घाबरून गेली. तिला काही सुचेना.

"जरा हपिसात जाऊन यांना बोलावून आणशील का रे बाबू?" तिने काकुळतीला येऊन मला विचारले.

"हो," मी म्हणालो, "कुठल्या हपिसात जातात ते? पत्ता काय त्यांच्या हपिसाचा?"

"पत्ता कसला? अरे कोटातल्या हपिसात," माझा प्रश्न अगदी वेडगळपणाचा समजून ती मला उत्तर देऊ लागली, "तुझे मामा नाही का जात हपिसात?"

"अहो, पण काकू," मी म्हणालो, "मामांचे हपीस मला माहीत आहे, पण

शंकररावांचं हपीस मला कुठे माहीत आहे?''

''म्हणजे?'' ती जरा गोंधळून म्हणाली, ''तुझ्या मामांचं हपीस आणि यांचं हपीस वेगळं आहे वाटतं? सर्व लोक कामाला जातात ते हपीस एकच आहे ना रे?''

मला हसता हसता पुरेवाट झाली. हपीस नावाची एक भलीमोठी इमारत कोटात असून, तिच्यात सर्व नवरे कामाला जातात, अशी त्या भोळ्या बाईची कल्पना होती!

काकूंची हपिसाची कल्पना ऐकून कुणाला हसू आल्यास नवल नाही. भोळ्या आणि अशिक्षितच होत्या त्या, पण जगातल्या मोठमोठ्या गोष्टीसंबंधानेदेखील कितीतरी 'मी' 'मी' म्हणणाऱ्या माणसांच्या अशाच काहीतरी अस्पष्ट, पण ठाम कल्पना असतात. आमचे गणूकाका मला नेहमी म्हणत, ''बाबांनो, कसल्या चळवळी करता? इकडे चळवळी करून होणार काय? तिकडे 'विलायते'ला जाऊन 'स्वराज्य' आणा.''

काकांच्या या गप्पा मी बरेच दिवस ऐकून घेतल्या. शेवटी एके दिवशी मी चिडून म्हणालो, ''काका, स्वराज्य म्हणजे काय पंचम जॉर्ज बादशहाच्या घरात पडलेलं गाठोडं आहे वाटतं? ते तिकडे जाऊन उचलायचं आणि काखेत मारून हिंदुस्थानाकडे धूम ठोकायची!''

माणसाच्या काही गोष्टींविषयी अशा अस्पष्ट आणि काहीतरी कल्पना असतात त्याचे मला नवल वाटत नाही. सर्वच माणसे चिकित्सक आणि तत्त्वज्ञानी कुठून असणार? पण मनुष्यस्वभावाची मला खरी गंमत वाटते ती या असल्या अस्पष्ट कल्पनांसाठी मनुष्य केव्हा केव्हा स्वत:चा जीवही वेचायला सिद्ध होतो त्याची.

गेल्या सत्याग्रहाच्या चळवळीत अनेक हालअपेष्टा सोसून खडतर तुरुंगवास भोगून आलेल्या एका तरुण मुलाला एका वृद्ध गृहस्थांनी एकदा सहज विचारले, ''काय रे, एवढे कशाला हाल सोसलेस उगीच!''

आपले खोल गेलेले डोळे त्या वृद्ध गृहस्थाकडे निर्भयपणे रोखून अभिमानाने तो मुलगा म्हणाला,''स्वातंत्र्यासाठी!''

मी जवळच उभा होतो. ''स्वातंत्र्य म्हणजे काय रे?'' मी किंचित उपरोधपूर्ण स्वरात त्याला विचारले. तो बिचारा गोंधळून गेला. त्याला उत्तर देता येईना. मला वाईट वाटले. स्वातंत्र्याची व्याख्या त्याला करता येत नव्हती. नसेल, पण एका उदात्त उद्देशाने तो लढला होता यात शंका नाही. तसला क्षुद्रमनस्क प्रश्न विचारून त्याच्या अस्पष्ट, पण उदात्त हेतूची अवहेलना करणे रास्त नव्हते. त्याची ही गोंधळलेली मुद्रा पाहून मी मनापासून त्याची क्षमा मागितली.

केव्हा केव्हा या उदारचरित महाभागांच्या अंत:करणातली कल्पनासृष्टी आणि

बाहेरील सत्यसृष्टी यात जमीनअस्मानाची तफावत पडते आणि मग मात्र या धीरोदात्त ध्येयवाद्यांच्या आयुर्नाटकाची अत्यंत हृदयविदारक शोककथा होते. वर उल्लेखिलेल्या तरुण मुलाचीच गोष्ट सांगतो. परदेशी दुकानांसमोर सत्याग्रह करून आणि स्वदेशी मालाचा 'उदो', 'उदो' करून आपली मायभूमी स्वतंत्र होईल या दुर्दम्य आशेने त्याने स्वतःच्या जिवाचे रान करून घेतले होते. पुढे लवकरच त्याच्या ध्यानात आले की, त्याच्या आणि त्याच्यासारख्या हजारो भावनाशील तरुणांच्या अतुल स्वार्थत्यागाचा पुरेपूर फायदा स्वदेशी भांडवलवाल्यांनी घेऊन ते भरपूर गबर झाले होते, पण त्याचा प्रिय देश मात्र होता तिथेच होता. आपले सुखस्वप्न अशा तऱ्हेने डोळ्यांसमोर विरून गेलेले पाहिल्याबरोबर त्या तरुणाच्या दुःखाला पारावार उरला नाही.

यावर कुणी असे म्हणेल की, अशा तऱ्हेच्या काहीतरी अस्पष्ट, पण उदात्त कल्पनांनी बेभान होणे आणि त्याहीपेक्षा पुढे जाऊन त्या कल्पनांसाठी जीव पाखडणे हे मूर्खपणाचेच नाही का? असेलही कदाचित ते मूर्खपणाचे, मी नाही म्हणत नाही. पण असली चुकीची अगर बरोबर सुखस्वप्ने पाहण्याची दृष्टीच नसून आयुष्य सुखमय होण्यापेक्षा विरलेली का होईनात, पण दिव्य सुखस्वप्ने मनमुराद पाहत आयुष्याची होळी झालेली मला परवडेल. तो मूर्खपणा असो की शहाणपणा असो, काहीतरी उदात्त कल्पनासृष्टी डोळ्यांसमोर उभारणे आणि मग त्यासाठी प्राणही अर्पण करण्यास सिद्ध होणे या मनुष्यस्वभावातल्या चमत्कारिक विशेषाविषयी मला निरतिशय आदरच वाटतो. माणसाच्या माणुसकीची आणि मानवी जीवनाच्या प्रगतीची किल्ली मला वाटते या विशेषांतच आहे.

गप्पा आणि गप्पीदास

परिचय

मनात आले म्हणजे काणेकर खेळकर पद्धतीने लघुनिबंध लिहितात. हा निबंध त्यांच्या अशा प्रकारच्या लेखनाचा एका नमुना आहे. त्यात सामाजिक विषमता पाहून संतापलेल्या लेखकाच्या मनाचे प्रतिबिंब नाही, तर मनुष्यस्वभावातल्या सर्वसामान्य वैगुण्याकडे मिस्कीलपणाने पाहणाऱ्या एका खेळाडू वृत्तीच्या प्रेक्षकाचे दर्शन आहे. एक मजेदार कलाटणी देऊन या लघुनिबंधाचा शेवट त्याच्या मुख्य रसाला शोभेल असाच करण्यात लेखकाने दाखविलेले कौशल्य अभ्यासनीय आहे.

माझ्या ओळखीचे एक सद्गृहस्थ आहेत. ते नेहमी मला उपदेश करतात की, ''गप्पा झोडण्यात तू फार वेळ घालवतोस; तोच वेळ तू लिहिण्यावाचण्यात घालवलास तर तुझा कितीतरी फायदा होईल.'' त्यांचा उपदेश मला पटतो. पण स्वत: गप्पा मारण्याचा आणि इतरांच्या गप्पा ऐकण्याचा मोह मात्र मला आवरत नाही. खुद्द या गृहस्थांचे वाचनाचे वेड पाहून तर वाचण्यापेक्षा गप्पाच केलेल्या बऱ्या, असे अलीकडे मला वाटू लागले आहे. सकाळी उठल्याबरोबर तो चहा पिताना वृत्तपत्र वाचतो. नंतर एक-दोन पुस्तके टेबलावर उघडून ठेवलेली असतात. ती इकडेतिकडे फिरताना मधूनमधून वाचतोच. जेवताना उजव्या हाताने घास घेत असता डाव्या हातात पुस्तक घेऊन वाचीत असतो. असा जेव्हा जेव्हा त्याला प्रसंग मिळतो तेव्हा तेव्हा रामदासांच्या उपदेशाप्रमाणे तो 'अखंडित वाचीत जातो'! मात्र या अचाट वाचनाचा परिणाम असा झाला आहे की, त्याला विचार करायला एक क्षणसुद्धा वेळ मिळत नाही. त्याला स्वत:चा असा विचारच नाही. जगातल्या मोठमोठ्या विचारवंतांच्या मौल्यवान विचारांच्या गोणी तो मोठ्या अभिमानाने आपल्या पाठीवर वाहतो. त्याला पाहिले की, बादशहाचा खजिना मी आपल्या पाठीवरून वाहतो म्हणून प्रौढी मिरवणाऱ्या कुठल्याशा गोष्टीतल्या गाढवाची मला आठवण होते!

छे, छे! अशा तऱ्हेने 'अखंडित वाचीत जाण्या'पेक्षा आमच्या गप्पाच कितीतरी बऱ्या. एखादी लोणकढी ठेवून द्यायची म्हणजे विचार करावा लागतो; इतकेच नव्हे, तर चांगल्या कलावंताची कल्पनाशक्तीही लागते. कारण जातिवंत गप्पा म्हणजे काही नुसती घडलेली हकिकत सांगणे नव्हे; तर ती मीठमसाला लावून सांगणे किंवा जे घडलेच नाही त्याचे मसालेदार वर्णन करणे!

कलावंताच्या प्रतिमेची व्याख्या जर नवनवोन्मेषशालिनी अशी असेल तर गप्पीदासाला कलावंत म्हटलेच पाहिजे आणि कलावंत गप्पीदासांचे प्रकारही पुष्कळ आहेत. माझ्याच माहितीतल्या तीन गप्पीदासांपैकी प्रत्येकाची कला वेगळी आहे. एकाने गप्पा मारायला सुरुवात केली की, तुम्ही 'थांब' म्हणेपर्यंत त्याच्या गप्पा थांबूच शकत नाहीत. त्याच्या पद्धतीचे वर्णन मी असे करतो. 'एक बी होते. ते रुजत घातले. त्याला अंकुर फुटला. त्याचे रोप झाले. रोपट्याचे झाड झाले. झाडाला फुले आली. फुलानंतर फळे आली. फळे पिकून फुटली आणि त्यातले बी खाली जमिनीवर पडले. ते रुजले. त्याला अंकुर फुटला. त्याचे रोप झाले. रोपट्याचे झाड झाले. झाडाला फळे आली. ती फुटून त्यातले बी खाली पडले...' आणि याप्रमाणे तुम्ही 'थांब' म्हणेपर्यंत गोष्ट पुढे चालू!

दुसऱ्या कलावंताची पद्धत याहून जरा वेगळी आहे. शेक्सपियर ज्याप्रमाणे आपल्या नाटकाकरिता स्वतंत्र कथानकांचा विचार करण्याच्या भानगडीत पडत नसे, कुठल्याही जुन्या कथापुराणांतली गोष्ट घेत असे आणि मग ती आपल्या प्रतिभेने रंगवीत असे, त्याप्रमाणेच स्वतंत्र गोष्ट किंवा गप्पा शोधून काढण्याचा त्रास आमचा हा मित्र घेत नाही. तुम्ही त्याला जे सकाळी सांगितले असेल तेच खूप भडक रंगात रंगवून तो तुम्हाला संध्याकाळी सांगतो! एकदा मी पुण्याहून डेक्कन क्वीनने आलो आणि त्याला सहज म्हटले, "काय छान गाडी आहे डेक्कन क्वीन! इतक्या प्रचंड वेगाने जाते, पण काही त्रास होत नाही." त्याच दिवशी संध्याकाळी सकाळी काहीच झाले नाही असा चेहरा करून तो मला सांगू लागला, "अरे, डेक्कन क्वीन म्हणजे काय सुंदर गाडी आहे! काठोकाठ पाण्यानं भरलेलं एक ग्लास त्यानं तीन तास पुण्यापासून मुंबईपर्यंत आपल्या पुढ्यातल्या टेबलावर ठेवलं होतं, त्यातला एक थेंब खाली सांडला नाही आणि गाडी ऐंशी मैल वेगानं सारखी धावत होती!" मी त्याच्या तोंडाकडे पाहातच राहिलो!

मात्र आमचा तिसरा गप्पीदास मित्र खरा अव्वल दर्जाचा कलावंत. तो एकदा मला सांगू लागला, "अरे, अमेरिकेतला नवीन शोध तुला कळला का?"

मी म्हटले, "काय?"

"हल्ली आगगाडीच्या इंजिनाला डबे जोडीत नाहीत, तिथं इंजिनाच्या मागं एक मोठं थोरलं लोहचुंबक असतं आणि डब्याच्या पुढल्या बाजूला लोखंडाचा पत्रा

असतो. त्याचप्रमाणं प्रत्येक डब्याच्या मागं एक लोहचुंबक असतं; त्यामुळे कशाला काही जोडावंच लागत नाही!''

"काय, म्हणतोस काय?'' मी उद्गारलो.

मी पुढे काही बोलायच्या आत तो चटदिशी म्हणाला, ''अरे, अशी एकानं मला थाप मारली!'' माझे बोलणे खुंटले!

या आणि असल्या गोड गप्पा ऐकायच्या सोडून वाचनात वेळ कशाला फुकट घालवायचा तेच मला समजत नाही.

माणसाचे जग

परिचय

समाजवादाची बैठक हा काणेकरांच्या अनेक लघुनिबंधांचा पाया आहे. पण समाजवाद झाला तरी तो मानवतावादाचेच आजच्या यंत्रयुगातले एक व्यावहारिक स्वरूप आहे असे म्हणता येईल.

मनुष्याचे मनुष्यावरले प्रेम हाच सर्व धर्मांचा आणि समतेचा पुरस्कार करणाऱ्या सर्व तत्त्वज्ञानांचा मुख्य आधार आहे. माणसे दुबळी असोत किंवा सदोष असोत, हे जग त्यांचे आहे. निसर्ग, शास्त्र, तत्त्वज्ञान ही सर्व त्यांच्यासाठी आहेत. जीवनात जो रस आहे तो माणसांच्या हालचालींनी, धावपळींनी, धडपडींनी, रागालोभांनी आणि शक्तिभक्तींनी निर्माण केला आहे. जगात मनुष्य नसता तर सूर्याला आपल्या तेजाचे सुंदर स्तोत्र कधी ऐकायला मिळाले असते का? पृथ्वी निर्मनुष्य असती तर रमणीय चंद्रिकेचे कौतुक कोण करणार होते आणि अकाली कोमेजून गेलेल्या कलिकेबद्दल अश्रू तरी कोण गाळणार होते? निसर्ग कितीही भव्य अथवा रम्य असला तरी तो या जगातल्या जीवन-नाटकाचा नायक होऊ शकत नाही. तो मान सर्वसामान्य मनुष्याचाच आहे.

चराचर सृष्टीत माणसाचे महत्त्व किती आहे यासंबंधी किंचित आवेशाने माझ्या एका तत्त्वज्ञ मित्रासमोर मी बोलत होतो. माझे बोलणे संपताच माझी कीव आल्यासारखा चेहरा करून स्मित करीत तो म्हणाला, ''काय वेडगळ लोक आहात तुम्ही! शेणकिड्याला ज्याप्रमाणे शेणाचा गोळा म्हणजे सारं जग आणि आपण त्या जगाचा राजा असं वाटतं, त्याचप्रमाणं साऱ्या विश्वाचा मध्यबिंदू म्हणजे माणूस असं तुम्हा लोकांना वाटतं. एखाद्या उंच माणसाला आपल्या उंचीची घमेंड वाटते तेव्हा त्याच्या हे लक्षात येत नाही की, तो उंच म्हणजे इतर माणसांपेक्षा उंच; ताडाच्या झाडाशी तुलना केली तर तो ठेंगूच! ताडाच्या झाडाला जर बोलता येईल तर या घमेंडखोराला ते मोठ्यांदा हसून सांगेल, 'क्षुद्र कीटका, किती रे ठेंगणा तू!' चराचर

सृष्टीत माणसाला तू जे महत्त्व देतोस तोही एक यातलाच प्रकार आहे.''

"अहो शहाणे,'' मी माझ्या मित्राला म्हणालो, "तुमच्या त्या ताडाच्या झाडाला बोलता येईल तेव्हा हसू द्या त्या माणसाला ठेंगू म्हणून, पण तोपर्यंत माणसांना आपल्या उंचीची घमेंड मिरवायला काही हरकत नाही. तुझा आइनस्टाइन आणि त्याचं हे सापेक्षतेचं तत्त्वज्ञान मला कळतं. पण आपण माणूस आहोत, तेव्हा माणसांच्याच दृष्टीनं सर्व गोष्टींचा आपण विचार करावा हे बरं. आपण झाडं किंवा जनावर झालो, म्हणजे मग त्या दृष्टीनं आपण विचार करू, हं!''

माणसाला त्याच्या क्षुद्रपणाची वेळोवेळी आठवण करून देणाऱ्या या तत्त्ववेत्त्यांचा खरोखरच मला राग येतो. माणसाने माणसाच्या दृष्टीने प्रत्येक गोष्टीचा विचार केला तर त्यात चुकले काय? मात्र अहंपणाने फुगून गेलेल्या एखाद्या 'मी'ला विश्वाच्या संसारातले त्याचे योग्य स्थान केव्हा केव्हा दाखवून देणे प्राप्त असते हे मी कबूल करतो. सबंध देशावर सर्वाधिकारित्व गाजवणाऱ्या एका हुकूमशहाने एकदा एका थोर शास्त्रज्ञाला काही कारणामुळे बंदिखान्यात टाकले आणि त्याच्यापुढे छाती काढून उभा राहून तो हुकूमशहा म्हणाला,

"मी कोण हे तुला माहीत आहे?''

"हो, पूर्णपणे माहीत आहे.'' तो वृद्ध शास्त्रज्ञ शांतपणे म्हणाला, "ऐक, सांगतो. आपल्या पृथ्वीपेक्षा सहस्र कोटी पटीनं मोठे असे अनेक तारे आणि ग्रहगोल एकंदर विश्वात आहेत. या अगणित गोलांपैकी पृथ्वी हा एक लहानसा गोल आहे. या गोलाचा एक दशसहस्रांश भाग म्हणजे आपला देश. आपल्या देशात एकंदर एक कोटी लोक आहेत. या लोकसंख्येचा एक कोट्यांश भाग म्हणजे तू! किंवा, या साऱ्या विश्वाला जर वाळवंटाची उपमा दिली, तर वाळूतला एक कण म्हणजे ही पृथ्वी. त्या कणातल्या सहस्रलक्ष अणूंपैकी एक अणू आपला देश आणि त्या अणूतल्या एक कोटी परमाणूंपैकी एक परमाणू तू! कळलं तू कोण आहेस ते?''

या शास्त्रज्ञाचे म्हणणे अगदी खरे आहे आणि तरीही माणसे आहेत म्हणूनच मला जगाची किंमत वाटते. 'तुला तुझा देश प्रिय वाटतो का?' असे काही लोक विचारतात, तेव्हा 'तो मला अत्यंत प्रिय वाटतो,' असे मी मोठ्या अभिमानाने सांगतो. पण याचा अर्थ असा नव्हे की, हिंदुस्थान या नावाचा जमिनीचा एक भलामोठा त्रिकोणी तुकडा आहे तो मला अत्यंत प्रिय वाटतो. एवढे किंवा याहूनही मोठे जमिनीचे तुकडे कितीतरी आहेत. मला हिंदुस्थान माझा वाटतो याचे कारण त्यात माझे हिंदी लोक आहेत म्हणून. जमिनीची आणि दगडधोंड्यांची मला मुळीच किंमत वाटत नाही.

या दगडधोंड्यांवरून मला आठवण झाली. इतिहासप्रसिद्ध स्थळे पाहण्याची लहानपणी मला मोठी हौस होती. अलीकडे मात्र मला तसे मुळीच वाटत नाही.

त्याला कारणे आहेत. वसईच्या वेढ्याची रोमांचकारी हकिकत लहानपणी एकदा मी वाचली. 'किल्ला सर होत नसेल तर तोफेच्या गोळ्यानं माझं डोकं उडवा आणि ते किल्ल्यात जाऊन पडेल असं करा!' हे अंत:करण थरारून टाकणारे चिमाजीअप्पाचे शब्द माझ्या कानात घुमू लागले आणि वसईचा किल्ला पाहण्याची अनिवार इच्छा मला झाली. काही दिवसांनी खरोखरच तो किल्ला पाहायला मी गेलो. मला आनंद तर झाला नाहीच; उलट गवत वाढलेले ते ओसाड ठिकाण, ते काळवंडलेले दगड आणि त्या भकास भिंती पाहून विलक्षण खिन्नता माझ्या मनाला आली. आपल्या देशाच्या गतवैभवाची आठवण होऊन मला दु:ख झाले अशातला मुळीच प्रकार नाही. गतवैभवापेक्षाही मोठे वैभव माझ्या देशापुढे वाढून ठेवले आहे असे मला वाटते. आपल्या मनात एखाद्या ऐतिहासिक स्थळाचा जेव्हा विचार येतो तेव्हा पराक्रमी पुरुष आपली वीर्यशाली कृत्ये करीत आहेत, असे माणसांनी गजबजलेले जिवंत चित्र आपल्या डोळ्यांपुढे उभे राहते. आपण प्रत्यक्ष पाहायला जातो तेव्हा दृष्टीला पडतात ही काटेरी झुडुपे आणि हे फुटके दगड! अशी दारुण निराशा झाल्यामुळेच आपल्या मनाला खिन्नता येते. या दगडधोंड्यांना काय पाहायचे? या स्थळांची प्रेक्षणीयता, ती धिप्पाड माणसे येथे वावरत होती तेव्हा!

म्हणूनच अलीकडे मला कुणी एखादा जुना किल्ला किंवा पुराणा राजवाडा पाहायला बोलावले की, मी त्यांना स्पष्ट सांगतो, ''ते पडके बुरूज, त्या कोसळणाऱ्या भिंती व कोळिष्टकांनी भरलेले ते काळोखी कोनाडे पाहून दु:खीकष्टी होऊन परत यावंसं मला वाटत नाही. त्यापेक्षा घरच्या घरी डोळे मिटून स्वस्थ बसण्यात आणि लाल मुंडाशी डोक्याला बांधलेले असंख्य मावळे भाले-बरच्या हातात घेऊन आणि पाठीला ढाली बांधून तोरणा किल्ल्याच्या तटावर चढत आहेत आणि आपल्या काळ्या घोडीवर स्वार झालेले तरुण, तेज:पुंज शिवाजीराजे विजेसारख्या तळपणाऱ्या आपल्या तलवारीनं त्यांना पुढचा मार्ग दाखवीत आहेत, असं चित्र डोळ्यांपुढं रंगवण्यात आणि त्यात काही क्षण रंगून जाण्यातच मला अधिक मौज वाटते.''

छे, छे, दगडधोंड्यांचे जग मला नको. ज्यांच्यावर मी प्रेम करू शकतो किंवा ज्यांचा मी द्वेष करतो अशी का होईनात; पण हाडामांसाची, गरम रक्ताची माणसे ज्यात आहेत, ज्यात एकमेकांचे रसरशीत हात आम्ही हातात घेऊ शकतो, एकमेकांचे काळेगोरे, कुरूप-सुरूप चेहरे पाहून दु:खी किंवा सुखी होतो आणि जिथे माणसांच्या उष्ण श्वासांनी गरम झालेल्या वातावरणात आम्ही श्वासोच्छ्वास करू शकतो असेच जग मला हवे.

समतेची आवड

परिचय

काणेकर समतेचे मोठे पुरस्कर्ते आहेत. पण सर्व माणसांच्या समतेच्या कल्पना सारख्या नसतात, किंबहुना कुठल्याही चांगल्या तत्त्वाविषयीच्या अनेकांच्या कल्पना संकुचितच नव्हे तर विकृतही असतात, हे त्यांना पूर्णपणे ठाऊक आहे. आपल्याला प्रिय असलेल्या व्यक्तीचे अथवा तत्त्वाचे वैगुण्य (Weak point) निबंधकार सुखासुखी मान्य करणार नाही. मात्र लघुनिबंधकार त्या वैगुण्याची मनमोकळेपणाने मीमांसा करू शकतो. निबंधकार हा वक्त्यासारखा असतो. व्याख्याता कितीही प्रामाणिक असला तरी मनातल्या सर्वच गोष्टी काही त्याला व्यासपीठावरून बोलून दाखविता येत नाहीत. उलट लघुनिबंधकार हा खासगी बैठकीतल्या संभाषकासारखा असतो. त्यामुळे त्याला कुठलीही गोष्ट आपल्या वाचकांपासून लपविण्याची आवश्यकता वाटत नाही.

मनुष्यस्वभावाकडे काणेकर किती बारकाईने पाहू शकतात हे या निबंधावरून दिसून येईल.

गेल्या वर्षसहा महिन्यात मी कामाकरिता मुंबईच्या बाहेर फिरत राहिल्यामुळे गणूकाकांची आणि माझी फुरसदीची अशी भेटच झाली नव्हती. अलीकडे मी मुंबईतच येऊन राहिलो आहे हे कळल्यावर गणूकाका परवाच मला भेटावयाला आले. मी लो. टिळकांच्या राजकीय लेखांचा संग्रह वाचीत बसलो होतो.

''काय रे, काय चाललं आहे?'' काकांनी आत शिरता शिरताच प्रश्न केला.

''काही नाही, लो. टिळकांचे लेख वाचतोय सहज.'' मी पुस्तक बंद करीत उत्तर दिले.

''माहीत आहेत रे तुझे मोठे टिळक! आमच्याच शाळेत होता तो!'' काका रुमाल काढून ठेवून कपाळावरचा घाम पुशीत बसता बसता उद्‌गारले.

काकांच्या त्या उद्‌गारांची आठवण झाली की, मला हसू येते. म्हणजे काकांचे

म्हणणे काय की, आपल्याबरोबर जो माणूस शिकत होता तो मोठा कसा असेल? छे, छे! मला नाही वाटत काकांचे म्हणणे असे असेल. थोड्याबहुत प्रमाणात का होईना, पण अहंगंडाने (Ego- Complex) पछाडलेला मनुष्यस्वभाव लक्षात घेता स्वत:कडे कमीपणा घ्यायचा काकांचा हेतू असेल असे मला म्हणवत नाही. माझ्याबरोबर शिकणारा माणूस जास्तीत जास्त माझ्याइतकाच मोठा किंवा सर्वसाधारणपणे माझ्याइतकाच लहान असावा असा न कळत का होईना, पण काकांच्या अंतर्मनातला हेतू असावा. नाहीतर मी म्हणतो, काकांसारख्या साध्या आणि सीध्या माणसाला टिळकांसारख्या मोठ्या माणसासंबंधी अवमानगर्भ शब्द वापरण्याचा मोह का व्हावा? काकांच्या शाळेत शिकत होते हा काय टिळकांचा अपराध?

अर्थात यात आश्चर्य वाटण्यासारखे काहीच नाही. सर्वसाधारण माणसांना- आणि मानवी समाजातील बहुसंख्याक माणसे सर्वसाधारणच असतात- आपल्यापैकी आपल्यासारखाच एक आपल्या पुढे किंवा आपल्या वर गेलेला पाहून कसेसेच वाटले तर नवल नाही. पक्ष्यांत नाही का आपण पाहत? एखादा पक्षी जर माणसात मिसळून माणसाळला आणि तो आपल्या जातभाईंच्या तडाख्यात सापडला तर त्याला ते टोचून टोचून मारून नाही का टाकीत? अर्थात मानवी प्राणी सुधारलेला असल्यामुळे तो शब्दशल्यांनी टोचतो इतकेच!

माझ्या मते मानवी मनात उपजतच असलेल्या समतेच्या आवडीचे हे एक स्वरूप आहे. मात्र ही समतेची आवड याच स्वरूपात राहावी की, तिने निराळे स्वरूप घ्यावे, हा वादाचा प्रश्न आहे. वर गेलेल्याला खाली असलेल्या बहुसंख्याकांनी आपल्याबरोबर खाली ओढून खालच्या पातळीत समता प्रस्थापित करायची, की आपणच वर जाण्याचा प्रयत्न करून वर गेलेल्यांच्या उच्च भूमिकेवर साम्य साधायचे? मला वाटते, माणसाला समतेची आवड असावी, पण ती दुसऱ्या तऱ्हेच्या समतेची! मात्र बहुतेक माणसे समता साधण्याचा प्रयत्न करतात तो वर गेलेल्याचे पाय खाली ओढण्याचा प्रयत्न करून!

सुरुवातीला सांगितलेले आमच्या गणूकाकांचेच उदाहरण घ्या ना किंवा आजकाल वृत्तपत्रसृष्टीत घोंघावणारी टोपणनावी वाङ्मयचिलटे घ्या. हे कवडीकिंमत उदरंभरू वाटेल त्या लहानमोठ्या साहित्यिकाला किंवा सुप्रसिद्ध राजकीय पुढाऱ्याला वेळीअवेळी वैयक्तिक टीकेचे चावे घेत असतात. अमुक-अमुक कवीचे काव्य टाकाऊ आहे, कारण त्याने एकापेक्षा अधिक बायका केल्या आहेत! तमक्या राजकीय पुढाऱ्याची देशभक्ती नकली आहे, कारण त्याने स्वत:च्या मुलांच्या पोटापाण्याची व्यवस्था करून ठेवली आहे! न्यूनगंडाने (Inferiority Complex) जर्जर झालेल्या या प्राण्यांना स्वत:च्या क्षुद्र, दु:खीकष्टी मनापुढे हेच सिद्ध करावयाचे असते की, मला कविता लिहिता येत नसतील, पण मी जन्मभर एका स्त्रीशी

इमानाने वागतो आहे की नाही? झाले तर मग. तो कवी कसला आला आहे माझ्यापेक्षा श्रेष्ठ! मीही काही कमी नाही! पोटाकरिता वर्तमानपत्राच्या कचेरीत खर्डेघाशी आणि जाहिराती मिळविण्याची हमाली करण्यापलीकडे माझ्या हातून दुसरे काहीच सत्कार्य झाले नसेल. पण देशकार्य करणाऱ्या त्या लोकप्रिय पुढाऱ्याचा स्वार्थत्याग माझ्यापेक्षा काही मोठा नाही. त्यानेही आपल्या मुलांच्या पोटापाण्याची व्यवस्था केलीच आहे की नाही? वर वर्णिलेल्या विकृत समतेची आवड हीच अशा तऱ्हेच्या तिरस्करणीय वैयक्तिक टीकेच्या मुळाशी असते.

उपरोक्त वाङ्मयचिलटे ज्याच्यावर नेहमी जिभल्या चाटीत तुटून पडतात अशा माझ्या एका साहित्यिक मित्राजवळ मी एकदा सहानुभूती व्यक्त करून 'तू उत्तर का देत नाहीस?' म्हणून विचारले असता पुढील मानी जबाब त्याने मला दिला-

"सिंहाची आयाळ उंदीर कुरतडतात, म्हणून काही उंदराची शेपटी सिंह कुरतडीत नाही!"

दर्पोक्तीच्या उग्र दर्पाने त्याची ही शब्दपंक्ती घमघमत असली, तरी अंतःकरण उचंबळून टाकण्याची तिच्यात खास शक्ती आहे. त्याचे ते शब्द मला फार आवडतात.

देवदारू आणि चक्रवाक

परिचय

एखाद्या काव्यात्म अथवा मजेदार कल्पनेचे लहानसे सूत्र हाती घेऊन त्याच्याशी खेळत खेळत लघुनिबंध निर्माण करण्याची एक पद्धत आहे. तत्त्वचिंतन व प्रचार हे काणेकरांचे विशेष असल्यामुळे केवळ कल्पनाविलासाने रमणीय झालेले लघुनिबंध त्यांनी फारसे लिहिले नाहीत. मात्र 'देवदारू व चक्रवाक' हा निबंध वाचून या प्रकारचे लेखन त्यांनी हौसेने करायला हवे असे वाटल्यावाचून राहत नाही. 'चांदराती'तले कवी काणेकर 'पिकल्या पानां'पासून 'उघड्या खिडक्यां'पर्यंत फारसे कुठेच दिसत नाहीत. त्यांचे दर्शन रसिकांना अशा प्रकारच्या निबंधात निश्चित होऊ शकेल.

सर्वांनाच असं होतं की, काय कुणास ठाऊक! मला मात्र असं केव्हा केव्हा होतं खरं. गेली पंचवीस-तीस वर्षं मुंबईच्या एका विशिष्ट रस्त्यावरून मी जातो-येतो आहे. पण परवा एक मोठी गंमत झाली. रस्त्यावरून जाताना नेहमी आपण समोर पाहत चालतो. त्या रस्त्यावरून जाताना परवा सहज मी वर मान केली आणि मला आश्चर्याचा धक्काच बसला! माझ्या दृष्टीला पडलेली इमारत इतकी सात मजले उंच असेल आणि तिच्या शेवटच्या मजल्यावरील दगडी कमानीवर इतक्या सुंदर चित्राकृती कोरलेल्या असतील, असं मला पूर्वी कधीच वाटलं नव्हतं. गेली पंचवीस-तीस वर्षं ती इमारत त्या जागेवर आहे; गेली पंचवीस-तीस वर्षं त्या रस्त्यानं मी अगणित वेळा गेलो आहे, पण त्या इमारतीची ही भव्यता आणि हे सौंदर्य परवा मी सहज मान वर केली तेव्हा माझ्या दृष्टीला पडलं. कितीतरी वेळ माझं मलाच आश्चर्य वाटत होतं आणि मी त्या इमारतीकडे पाहत उभा होतो.

आणि असाच अनुभव काही काही शब्दांतल्या बाबतीत मला आला आहे. एखाद्या खेळण्याच्या बाबतीत लहानपणी होतं ना, तसंच शब्दांच्या बाबतीत माझं झालं आहे. लहानपणी कुणीतरी मला एक रंगीत पेटी बक्षीस दिली होती. दोन-

चार महिने त्या पेटीचं कौतुक केल्यानंतर मुलांच्या नेहमीच्या सवयीप्रमाणं त्या पेटीवरचं माझं लक्ष उडालं आणि ती अडगळीत पडलेल्या इतर खेळण्यांत जाऊन पडली. वर्ष-दोन वर्षांनी ती अडगळ चिवडीत असता ती पेटी माझ्या हाती आली आणि उगाच त्या पेटीवर इकडेतिकडे मी टिचक्या मारू लागलो. एक टिचकी चुकून नेमकी त्या पेटीत असलेल्या कुठल्या तरी कळेवर बसली आणि त्या पेटीतून एक क्षण दोन क्षण टिन टिन टण... टण... अशी सुंदर स्वरमालिका बाहेर पडली. त्या पेटीत अशी काही कळ असेल हे पूर्वी मला माहीतच नव्हतं. मला ती एक साधी रंगीत पेटी वाटत होती. त्या पेटीतली ही नवीन गंमत अनुभवाला आल्याबरोबर माझ्या आनंदाला पारावार उरला नाही. या खेळण्यासारखंच पुष्कळ वेळा काही शब्दांचं होतं. ते शब्द अनेकवेळा आपण पाहात असतो, ऐकत असतो, वापरीत असतो, त्यांचा अर्थ आपणाला पूर्णपणानं अवगत असतो; पण त्यांच्यात दडलेलं एखादं अननुभूत सौंदर्य एकदम अनपेक्षितपणे केव्हा केव्हा आपल्या दृष्टीला पडतं.

देवदारू आणि चक्रवाक या दोन संस्कृत शब्दांतलं अदृष्टपूर्व सौंदर्य असंच माझ्या एकदा नजरेला आलं. देवदारू म्हणजे देवदाराचे झाड. एक विशिष्ट प्रकारचं लाकूड या झाडापासून मिळतं आणि त्याचे अनेक उपयोग आपण करतो, एवढं आपणा सर्वांना माहीत आहे. अमकं देवदाराचं लाकूड हेही आपण ओळखू शकतो. पण देवदारू- देवांचा वृक्ष- हेच नाव या झाडाला का दिलं असेल याचा विचार आपल्या डोक्यात कधी येतो का? माझ्या डोक्यात तरी कधी आला नव्हता. खुर्ची या शब्दाचा विचार करताना 'खु' आणि 'र्ची' या अक्षरांना काही अर्थ असेल हा विचार जसा आपण कधी करीत नाही, त्याप्रमाणंच देव व दारू याला काही अर्थ असेल असं मला वाटत नव्हतं. खुर्ची म्हणजे अमुक एक वस्तू त्याप्रमाणंच देवदार म्हणजे अमुक एक झाड, इतकंच. पण काश्मिरात फिरत असताना या शब्दामागं दडलेला भव्योदात्त अर्थ एकदम माझ्या ध्यानात आला. जी झाडं पाहून देवदारू हे नाव संस्कृत भाषेत स्फुरलं असेल ती खरी देवदाराची झाडं काश्मिरातच दिसतात. बरीचशी संस्कृत भाषा याच प्रदेशात बनली आणि कालिदासादी संस्कृत कवी याच वनश्रीचं अनेकवेळा वर्णन करतात. काश्मिरातला हा देवदारू माडाइतका किंवा माडापेक्षाही उंच सरळ आकाशात गेलेला असतो. निळसर हिरव्या रंगाच्या त्याच्या निबिड पर्णसंभाराचा घेर खाली केवढा तरी मोठा असतो आणि तो लहान होत होत वर शेंड्याकडे देवळाच्या कळसाप्रमाणे अगदी निमुळता होतो. देवालयाची किंवा चर्चची इमारत मुद्दाम एका विशिष्ट पद्धतीनं बांधलेली असते. वर निमुळती होत होत तिचा कळस उंच आकाशात गेलेला असतो. हेतू हा, की पाहणाराचं मन वर, उंच, आकाशाकडे, देवाच्या निवासस्थानाकडे ओढलं जावं.

एखादं भव्य देवालय पाहताना जशा पवित्र भावना मनात जागृत होतात,

अगदी तशाच भावना काश्मिरातला हा भव्य सुंदर देवदारू पाहताना अनुभवाला येऊन मन प्रसन्न होतं. हा वृक्ष पाहिल्याबरोबर ज्याने कुणी देवदारू हे नाव त्याला पहिल्यांदा दिलं असेल, त्याच्या तोंडातून तो शब्द अगदी सहज बाहेर पडला असेल. तो धिप्पाड, भव्य, सुंदर वृक्ष पाहिल्याबरोबर तो माणूस उद्गारला असेल, "ही इतर सटरफटर वृक्षझाडं आम्हा माणसांची- हा महान वृक्ष देवांचा वृक्ष-देवदारू!" काश्मिरातला देवदार पाहिल्याबरोबर 'देवदारू' या शब्दातला हा सर्व अर्थ क्षणात माझ्या डोळ्यांसमोर उभा राहिला.

देवदारू या शब्दाप्रमाणंच चक्रवाक हा शब्द कित्येक वर्षे संस्कृत वाङ्मयात मी वाचतो आहे. चक्रवाक हा एक पक्षी आहे. रात्र झाली की, चक्रवाक आणि चक्रवाकी या दोघांमध्ये फक्त एक कमळाचं पान असतं, पण ती एकमेकांना दिसत नाहीत आणि सारी रात्र दोघांना विरहव्याकूलतेत काढावी लागते, असा संस्कृत वाङ्मयात एक सुंदर संकेत आहे. हे सर्व मला माहीत होते. पण चक्र आणि वाक् हे चक्रवाक या नावातले दोन्ही भाग किती अर्थपूर्ण आहेत याचा अनुभव असाच एकाएकी काश्मिरातच मला आला. एका लहान गावात नदीच्या काठाशी असलेल्या एका हॉटेलात मी राहत होतो. मध्यरात्री मी सहज जागा झालो. पहाडावरून उड्या मारीत वाहणाऱ्या नदीच्या पाण्याचा धो-धो असा आवाज आणि आजूबाजूच्या प्रचंड पहाडावरील गर्द झाडीतून येणारा किर्रर्र ध्वनी कानांवर येत होता, पण या सर्व आवाजांना मागे टाकणारा एक चमत्कारिक सूर माझ्या कानांवर पडू लागला. कुणीतरी दोन पक्षी आळीपाळीनं आक्रंदन करीत होते. एकाचा करुण आर्त सूर चढत चढत वर जाई आणि तो हवेत विलीन होतो न होतो तोच दुसऱ्याचा वेगळा, पण तितकाच आर्त करुण स्वर त्या हाकेला उत्तर देई.

आणि हे स्वर इतके भेदक होते की, कितीतरी वेळ मी ते ऐकतच राहिलो. नोकराला जागा करून हे कोण पक्षी आहेत, म्हणून विचारता त्याने काहीतरी काश्मिरी नाव सांगितलं आणि नदीकाठी असणारे हे पक्षी सबंध रात्रभर असाच आवाज करीत असतात असं तो म्हणाला. मी झोपण्याचा प्रयत्न करू लागलो. पण ते सूर अविरत माझ्या कानांवर पडत होते. मला ते दुसरं काही सुचूच देईनात! किती वेळानं मला झोप लागली कुणाला ठाऊक, पण सकाळी जागा झाल्याबरोबर ते सूर ऐकू येत नव्हते, तरीही सारखे तेच माझ्या कानांत घुमत होते. एकदम माझ्या डोक्यात कल्पना चमकली. हीच ती चक्रवाकांची जोडी. एकदा पहिल्याचे विशिष्ट सूर, नंतर दुसऱ्याचे, नंतर पहिल्याचे, नंतर पुन्हा दुसऱ्याचे असं सारखं रात्रभर त्यांच्या वाचेचं चक्र चालू असतं म्हणून ते चक्रवाक! एकानं हाक मारायची आणि दुसऱ्यानं तिला साद द्यायची. अशा त्यांच्या त्या स्वरमालिकेत इतकी विलक्षण आर्तता असते, की हे दोन पक्षी अगदी एकमेकांजवळ असूनही काहीतरी कारणानं

एकमेकांपाशी जाऊ शकत नाहीत ही कल्पना कुणाच्याही मनात अगदी सहजासहजी यावी. रात्रीच्या वेळी त्या पक्ष्यांचं चाललेलं ते अविरत आक्रंदन कानांवर पडल्याबरोबर कमलपत्रानं दोघं दुरावल्याचा तो मनोहर संकेत एखाद्या संस्कृत कवीच्या मनात अगजी सहज संभवला असेल, यात नवल नाही.

एक आणि एक तीन

परिचय

स्वाक्षरीबरोबर संदेश हवाच असा हट्ट धरणाऱ्या विद्यार्थ्यांना काणेकर नेहमी काय लिहून देतात ते मला ठाऊक नाही. काव्यात्म मनाला सुखवील असे काही ते बहुधा लिहून देत नसावेत! कारण ते कवी असले तरी त्यांची वृत्ती स्वप्नाळू नाही. एखाद्या संदेशवाल्या कुमाराने 'चंद्रावरच मला काहीतरी लिहून द्या' असा हट्ट धरला तर काणेकर मिस्कीलपणाने त्याच्याकडे पाहत लिहू लागतील, 'मनुष्यानं आकाशातला चंद्र धरण्याचा खुशाल प्रयत्न करावा. त्यात त्याला चांगला व्यायाम होईल. मात्र ही धडपड करताना पृथ्वीवर घट्ट रोवलेले आपले पाय त्याने डळमळीत होऊ देऊ नयेत.'

या निबंधातही ते असेच एक व्यावहारिक सत्य सांगत आहेत. मनुष्याच्या अनेक दुःखांचे मूळ त्याच्या स्वतःविषयीच्या अवास्तव कल्पनांतच असते. पत्त्यांचे बंगले बांधायचे आणि ते वाऱ्याने कोसळले म्हणून रडत बसायचे असा सर्वसामान्य मनुष्याचा स्वभाव आहे. पण आयुष्यातला खरा पुरुषार्थ हुरळून हसण्यात किंवा हताश होऊन रडण्यात नाही, तो वस्तुस्थिती न विसरता पुढे पाऊल टाकण्याच्या ईर्ष्येने लढण्यात आहे. म्हणून काणेकर म्हणतात, 'आपल्या अंतिम असहायतेची जाणीव ठेवून काम करणारा माणूसच खरा कर्मयोगी होतो. कारण त्याची निराशा कधीच होत नाही.'

त्या दिवशी स्वतःवर आणि यच्चयावत जगावर मी अगदी खूश होतो. सर्व गोष्टी माझ्या मनासारख्या झाल्या होत्या आणि जगात उणीव म्हणून मला कसली भासत नव्हती. मला वाटते, स्वतःशी हसत हसत मी शीळसुद्धा घालीत असेन! ट्राममध्ये बसून सकाळच्या प्रहरी मी कुठेतरी जात होतो. इतक्यात दुःखीकष्टी चेहऱ्याच्या एका भिकाऱ्याने आर्त स्वरात माझ्याकडे भीक मागितली. ताबडतोब मी

खिशात हात घातला आणि त्या भिकाऱ्याला एक सबंध पैसा देऊन टाकला! परोपकारी म्हणून माझी ख्याती नव्हती. पण त्या दिवशी सकाळी माझे मन इतक्या उदात्त वातावरणात वावरत होते की, कसलाही विसंवादी सूर म्हणून मला जगात नको होता. तो पैसा दिल्यावर तर मला माझे मन अधिकच उंच गेल्यासारखे वाटले. श्रीकृष्ण परमात्मा किंवा भगवान बुद्ध यांच्या चित्रांत त्यांच्या डोक्याभोवती जसे एक तेजोवलय असते, तसलेच तेजोवलय माझ्याही डोक्याभोवती त्या क्षणी तरळत असावे असे मला वाटले आणि ट्राममधले सगळे लोक सकौतुक आदराने माझ्या डोक्याकडे पाहत असतील म्हणून हसतमुखाने मी आजूबाजूला पाहिले! मला या क्षणाला जसे वाटते आहे तसेच कायमचे वाटणे म्हणजे मनाचा मोठेपणा किंवा महात्मेपणा, असे मला वाटले. एखाद्या महात्म्याला 'तुला नेहमी असेच वाटते काय?' असा प्रश्न जाऊन विचारावा असाही विचार माझ्या मनात आला. पण या प्रश्नाचे उत्तर देईल तो महात्मा कसला? स्वतःच्या मोठेपणाची जाणीव असणे हा मुळी मोठेपणाच नव्हे!

सामान्य माणसे आणि मोठी माणसे यातला फरक हाच की, आमच्या मनात केव्हातरी चुकून असे क्षण उद्भवतात आणि मोठ्या माणसांची मने चोवीस तास या उंचच पातळीवर तरळत असतात! मी मनाशी निश्चय केला की बस्स, आता या क्षणाला माझे मन ज्या उदात्त भूमिकेवर आहे तिच्यावरून त्याला खाली म्हणून येऊ द्यायचे नाही. मला वाटते, माझ्या डोक्याभोवतालचं ते तेजोवलय या क्षणाला अधिकच उजळले असावे! इतक्यात ट्रामचा कंडक्टर तिकीट मागायला आला आणि तिकिटाकरिता त्याला मी दिलेला आणा थोडा गुळगुळीत आहे म्हणून माझ्याशी हुज्जत घालू लागला. मी चिडून खूप वादविवाद केला, पण तो दांडगट माणूस दुसरा आणा घेतल्याशिवाय तिथून हलेना. शेवटी मनातून असंख्य शिव्या मोजीत मी त्याला दुसरा आणा दिला. ते तेजोवलय, ते उदात्त वातावरण पार पळाले होते! क्षुद्र बाजारी वृत्तींनी माझे मन भरून गेले होते. एक आणा फुकट गेला म्हणून माझा जीव बेचैन झाला होता. आपला उदात्त निश्चय एका क्षणात खाली कोसळलेला पाहून मला आश्चर्य वाटले आणि माझे मलाच हसू आले. तेव्हापासून मी निश्चय केला, की कसला निश्चय म्हणून करायचा नाही. आपणाला काही महात्मा होणे शक्य नाही. आम्ही सारे आयुष्याचे वेळापत्रक तयार करतो. पण आमच्या स्वतःच्या मनाचासुद्धा आम्हाला थांग नसतो! आणि त्या वेळापत्रकाचा असा हा विचका होतो. मानवाने आतापर्यंत निसर्गावर अनेक विजय मिळविले आहेत. पण आमच्या स्वतःच्या मनोविश्वात आणि बाहेरच्या भौतिक विश्वात इतक्या अज्ञात, पण प्रभावशाली अशा शक्ती अजूनही वावरत आहेत की, त्याने मोठ्या काळजीपूर्वक रचलेले निश्चयांच्या पत्त्यांचे बंगले त्या एका फुंकरीने ढासळून टाकतात! यावर

कुणी म्हणेल की, स्वत:च्या असहायतेची इतक्या तीव्रतेने जाणीव करून देणाऱ्या तुमच्या या दैववादी तत्त्वज्ञानाप्रमाणे माणसे जर चालायला लागली, तर जगात काही करायलाच नको. कुठल्या क्षणाला मृत्यू येईल याचा नेम नसल्यामुळे उद्या काय करायचे तेसुद्धा माणसाने ठरवू नये की काय? किंवा अचानकपणे धरणीकंप होतो म्हणून कुणी घरेच बांधू नयेत की काय? या आरोपांचा मी जोराने इन्कार करतो. माझे असे मुळीच म्हणणे नाही की, 'होणारे न चुकेल होइल जरी ब्रह्मा तया आडवा' या महामंत्राचा जप करीत माणसाने काही न करता भवितव्याची वाट पाहत स्वस्थ बसावे आणि माझ्यासारख्याने कितीही सांगितले तरी मनुष्यप्राणी असला उपदेश थोडाच ऐकणार आहे? तसे असते तर मानवजातीची आतापर्यंत झाली आहे ही प्रगती झालीच नसती. मनुष्य जंगलात उड्या मारणारा माकडच राहिला असता!

माझे म्हणणे इतकेच की, उथळ उत्साहाच्या आहारी जाऊन आपण स्वत:विषयी आणि जगाविषयी भलत्याच अपेक्षा करतो- काहीतरी अवास्तव निश्चय करून आखीव आडाखे बांधतो. आणि एक नि एक दोन, बे दुणे चार या गणिती नियमांनी बांधलेले जीवनसंबंधाचे आमचे आडाखे खरे झाले नाहीत की, मग तोंड कडू करून आम्ही भयंकर निराशावादी होतो. अशा तऱ्हेच्या उथळ उत्साहाने वाहवणारा माणूस पहिल्यांदा जितका कट्टा कर्मयोगी असतो तितकाच नंतर दुबळा दैववादी होतो. अज्ञात शक्तीसमोर असहाय होणाऱ्या मानवाच्या मी ज्या गोष्टी सांगतो तो या उथळ उत्साहाला ताळ्यावर आणण्याकरिता- क्रियेची प्रतिक्रिया होऊन माणूस दुबळा दैववादी होऊ नये म्हणून! आपल्या अंतिम असहायतेची जाणीव ठेवून काम करणारा माणूसच खरा कर्मयोगी होतो. कारण त्याची निराशा कधीच होत नाही! गणितशास्त्राच्या निर्जीव नियमांनी निश्चयाचे मनोरे बांधण्यात काय हशील! गणितात एक आणि एक मिळून दोन होत असतील, तर जीवनात एक आणि एक मिळून तीन होतात!

यथेच्छ झोपा

परिचय

काणेकरांच्या खेळकर लघुनिबंधाचा हा एक नमुना आहे. पहिल्याच परिच्छेदात ते म्हणतात, 'नेपोलियनविषयी असे सांगतात की, त्याला वाटेल तेव्हा वाटेल तिथे झोप येत असे. यामुळेच तो मला फार आवडतो. योद्धे आणि वीरपुरुष, देशभक्त आणि जगज्जेते हवे तितके मिळतील, पण असा खंदा निद्रावीर कुठे मिळेल?' असल्या नाजूक गुदगुल्यांमुळे हा निबंध मोठा आकर्षक झाला आहे. सामाजिक विषमतेवर हल्ला चढविताना काणेकरांच्या लेखणीला जशी धार चढते तसा तिथे त्यांचा विनोदही उपहासाचे स्वरूप धारण करतो. पण असल्या खेळकर निबंधात त्या विनोदाचे सौम्य आणि रम्य स्वरूप दृष्टीला पडते. 'खुसखुशीत' या शब्दानेच त्याचे वर्णन करणे योग्य होईल. निबंधाच्या खेळकर वातावरणाला शोभेल असेच त्यातले तत्त्वचिंतन आहे. ते उग्र नाही; सुकुमार आहे.

अनेकांना अनेक कारणांसाठी नेपोलियन आवडतो. कुणाला तो एक अद्वितीय योद्धा म्हणून आवडतो, तर कुणाला एक मोठा देशभक्त म्हणून त्याच्याविषयी आदर वाटतो. मला मात्र तो एका निराळ्याच कारणामुळे आवडतो. नेपोलियनविषयी असे सांगतात की, त्याला वाटेल तेव्हा वाटेल तिथे झोप येत असे. त्याची झोप हुकमी होती. रणांगणावर शत्रूंशी तुंबळ युद्ध जुंपलेले असतानासुद्धा तो मधेच घोड्यावर बसल्याबसल्या पाचदहा मिनिटे झोप काढून ताजातवाना होऊ शकत असे. खरोखरच नेपोलियनचा मला हेवा वाटतो! आणि यामुळेच तो मला फार आवडतो. योद्धे आणि वीरपुरुष, देशभक्त आणि जगज्जेते हवे तितके मिळतील, पण असा खंदा निद्रावीर कुठे मिळेल?

नेपोलियनविषयी मला कमालीचा आदर का वाटतो हे जेव्हा मी गणूकाकांना सांगितले तेव्हा क्षणभर ते स्तंभितच झाले आणि नंतर रागाने दातओठ खात

म्हणाले, “मूर्खा, स्वत:च्या आळसावर पांघरूण घालायला एका इतिहासप्रसिद्ध पुरुषाच्या मागे लपायला पाहतोस काय? आधीच मनुष्यमात्राचं निम्मं आयुष्य झोपेत फुकट जातं. त्यात दिवसा रात्री वाटेल तेव्हा झोपा काढून तू आपलं नव्वद टक्के आयुष्य वाया घालवतोस. आणखी उरलेलं दहा टक्के काहीतरी उपयुक्त किंवा चांगलं काम करीत घालवण्याऐवजी नेपोलियनसारख्या थोर पुरुषांच्या आयुष्यातल्या इतर सगळ्या चांगल्या गोष्टी सोडून देऊन त्याच्या झोपेचे उदाहरण डोळ्यांपुढे ठेवतोस काय? नेपोलियन वाटेल तेव्हा झोपू शकत असे, हे तुझ्या मते त्याचं मोठेपण! लाज नाही वाटत सांगायला तुला?”

गणूकाकांनी शिव्यांचा कितीही वर्षाव केला, तरी मला नाही पटत त्यांचे म्हणणे. झोपेत गेलेले आयुष्य फुकट जाते असे मला वाटतच नाही मुळी. उलट माझ्या मते जागेपणातल्या जीवनापेक्षाही झोपेतले जीवन कितीतरी अधिक महत्त्वाचे नि अधिक सुंदर असते. फार काय, पण जागेपणी जे कधीच शक्य नाही असे सुंदर जीवन झोपेतच जगता येते! झोपेत दिसणारी गोड आणि सर्वांगसुंदर स्वप्ने जागेपणी तुम्हाला कधीतरी दिसतील काय? प्रत्येक मानवी अंत:करणाच्या गाभ्यात अगदी खोल दडून राहिलेली एखादी तरी अशक्य कोटीतली- वेडगळपणाची, पण अत्यंत प्रिय अशी इच्छा असते. जागृत जीवनात या इच्छेची पूर्तता तर दूरच राहो, पण ती नुसती बाहेर बोलून दाखविली, तरीसुद्धा लोक तुम्हाला वेड्यात काढतील. या असल्या वेड्याबागड्या इच्छांच्या सफलतेचा लोकोत्तर आनंद स्वप्नसृष्टीत नेऊन सोडणाऱ्या झोपेतच तुम्हाला मिळेल.

इतरांच्या अशा काय इच्छा असतील कुणाला ठाऊक, पण सर्वजण मला हसतील याची पूर्ण जाणीव असूनही माझ्या एका असल्याच वेड्या इच्छेचे उदाहरण मला सांगितल्याशिवाय राहावत नाही. लहानपणापासून ही इच्छा मनात दबा धरून बसलेली आहे आणि अजूनही ती तिथे जशीच्या तशी आहे. या इच्छेच्या पूर्ततेचा अवर्णनीय आनंद मी अनेकवेळा झोपेत चाखला आहे आणि पुढेही अनेकवेळा चाखीन अशी आशा आहे. हे स्वप्न गेल्या कित्येक वर्षांत मी पुन्हा पुन्हा पाहिले आहे- किंवा अधिक समर्पक भाषेत बोलायचे म्हणजे हे स्वप्न मी ‘जगलो’ आहे. पक्ष्यासारखे आपणाला उडता यावे, अशी तीव्र इच्छा लहानपणापासून माझ्या मनात आहे! विमानात बसून किंवा यंत्राच्या साहाय्याने वर उडण्यात मला विशेष मजा नाही वाटत. आपल्या बाहूंत आणि पायांत विजेसारखी काहीतरी अद्भुतशक्ती स्फुरित व्हावी आणि स्वत:च्या जोरावर मन मानेल तसे हवेत तरंगत फिरावे, ही माझी खरी इच्छा.

लहानपणी तर अरबी भाषेतल्या सुरस आणि चमत्कारिक गोष्टी किंवा पुराणांतले मारुतीचे पराक्रम वाचले की, मला विलक्षण उत्साह आणि आशा वाटे. घरातली

माणसे बाहेर गेली आहेत असे पाहून कितीतरी वेळा दारे बंद करून घेऊन मी सुपांची जोडी किंवा फाटक्या चादरीचे दोन तुकडे दोऱ्यांच्या साहाय्याने हाताला किंवा पायाला बांधले आहेत आणि खांदे दुखून येईपर्यंत फडफड करून वर उडण्याचा प्रयत्न केला आहे! अलीकडे तसा प्रयत्न मी केला नाही, पण स्वप्नात मात्र माझा हा प्रयत्न संपूर्ण यशस्वी झाला आहे! एक अफाट, क्षितिजापर्यंत पसरलेले सपाट मैदान मला स्वप्नात दिसते. त्या मैदानात एखाद्या शर्यतीत धावावे त्याप्रमाणे धावायला मी सुरुवात करतो. धावता धावता एकदम माझे दोन्ही पाय जमिनीपासून उचलले जातात आणि मग झालेच. कमरेवर हात ठेवून वाटेल तसा, वाटेल त्या वेगाने मी तरंगत पुढे जाऊ शकतो. झोपाळ्यावर बसून झोके घेताना ज्याप्रमाणे आपण जमिनीवर जोराने पाय दाबतो म्हणजे झोका उंच जातो, त्याप्रमाणेच हवेत जितक्या जोराने पाय दाबावे तितक्या अधिक वेगाने मी पुढे जातो! हे स्वप्न अनेकवेळा मी पाहिले आहे किंवा अधिक खरे बोलायचे म्हणजे अगदी वास्तवपणे हे स्वप्न मी अनेकवेळा 'जगलो' आहे- इतक्या खरेपणाने जगलो आहे की स्वप्नातून जागा झाल्यानंतरसुद्धा एक क्षण-दोन क्षण त्या अद्भुत अनुभवाची गोड भिरभिरी माझ्या पायांत भिरभिरत राहिली आहे. आता एक क्षणापूर्वी आपण जे सहजपणे केले ते जागेपणी का करता येऊ नये, अशी वेडी आशा माझ्या मनात कैकवेळा डोकावून गेली आहे.

इहलोकात ज्यांची भेट आपणाला पुन्हा कधीच होणार नाही अशा आपणाला सोडून गेलेल्या प्रियजनांची काही क्षणापुरती का होईना, पण जवळजवळ जिवंत भेट एक काय ती झोपेतली स्वप्नसृष्टीच करू जाणे. जगाच्या दुःखातून सुटून जाण्याकरिता मृत्यू हा एकच उपाय आहे असं काही लोक सांगतात. त्यांना मी सांगेन की बाबांनो, हा शेवटचा उपाय अमलात आणण्यापूर्वी दुसरा एक उपाय करून पाहा. मृत्यूचे सर्व फायदे ज्यात आहेत, पण तोटा मात्र एकही नाही अशी एक गोष्ट जगात आहे; ती म्हणजे झोप!

गणूकाका आणि त्यांच्यासारखे इतर शहाणे लोक डोळ्याला डोळा लागू न देता अहर्निश काम करू द्यात आणि नावलौकिक, मोठेपणा मिळवू द्यात. मी मात्र मिळेल तेव्हा आणि मिळेल तिथे उशीत डोके खुपसणार आणि शक्य तितके झोपून घेणार!

सुखस्वप्नांचे कारखानदार

परिचय

'विनाश्रयं न तिष्ठन्ते पंडिता वनिता लता:' असं एक संस्कृत सुभाषित आहे. कुठल्याही सुभाषितात पूर्ण सत्य क्वचितच आढळते. हा श्लोकार्धही काही त्या नियमाला अपवाद नाही. पण लतिका, ललना आणि लेखक यांच्यातले या सुभाषितकाराला न दिसलेले एक निराळेच साम्य मला नेहमी जाणवते. ते म्हणजे त्यांच्या कर्तृत्वाची जगाकडून होणारी उपेक्षा.

वेलीवर उमलणाऱ्या फुलांचे आयुष्य औट घटकांचे असेल! पण त्यांचे सौंदर्य आणि सुगंध ही माणसाला किती प्रफुल्लित करू शकतात! स्त्रीच्या शरीरसौंदर्यापेक्षाही तिच्या आत्म्याचे सौंदर्य मोठे आहे. त्याग, सेवा, भक्ती ही पुरुषापेक्षा तिच्याच आत्मवेलीवर सहजतेने फुलणारी फुले आहेत. पण या दृष्टीने जग स्त्रीकडे कधीच पाहात नाही.

ललित लेखकांचेही हेच दुर्दैव आहे. अपूर्ण आणि दु:खी मानवी मनापुढे तो सुंदर स्वप्नसृष्टी उभी करतो, त्या स्वप्नांच्या प्रभावाने तो त्याचे सुप्त सामर्थ्य जागृत करतो आणि त्या जागृत झालेल्या सामर्थ्यातून जगाला नवे सुंदर स्वरूप देणारे साधुत्व जन्माला येते. पण हे सारे कोण लक्षात घेतो? उद्या कालिदास स्वर्गात रचलेले नवे नाटक घेऊन पृथ्वीवर उतरला तरी आमचे देशभक्त, अंमलदार, कारखानदार, डॉक्टर, वकील, झाडून सारे लोक त्याला सांगतील, 'तुझे हे नाटक ऐकण्याइतकी सध्या सवड नाही आम्हाला! व्याख्याने झोडून, सह्या ठोकून, हजाराहजारांच्या नोटा मोजून आणि प्रिस्क्रिप्शने व कैफियती लिहून आम्ही दमलो म्हणजे तो शीण घालविण्याकरिता तुझे नाटक आम्ही सवडीने वाचू.'

ललित लेखकांकडे अशा विकृत दृष्टीने पाहणाऱ्या लोकांना लेखकाने

या निबंधात चोख उत्तर दिले आहे. लालित्य आणि तत्त्वचिंतन यांचा या निबंधात पडलेला मेळ अवश्य अभ्यासावा.

मोठ्या हुद्यावर असलेल्या माझ्या एका मित्राला एकदा मी सहज भेटायला गेलो होतो. त्यावेळेला त्याच्याबरोबरचे दोन-तीन हुद्देदार गृहस्थ, एक बॅरिस्टर, एक प्रख्यात डॉक्टर, वगैरे बरीच मोठमोठी मंडळी त्याच्याबरोबर बोलत बसली होती. मी आत शिरल्याबरोबर साहजिकच शिष्टाचाराप्रमाणे माझ्या मित्राने त्या सर्वांशी माझी ओळख करून दिली. मोठ्या अभिमानाने माझ्याकडे पाहात तो सांगू लागला, 'हा कविता लिहितो...' हे वाक्य उच्चारल्याबरोबर त्या इतर थोर मंडळींनी अशा तऱ्हेने 'हूं' म्हटले की, असली क्षुल्लक गोष्ट तुम्ही सांगता काय आणि आम्ही ऐकायची काय! नंतर चहापाण्याच्या, जमीनजुमल्याच्या खरेदीच्या वगैरे महत्त्वपूर्ण गोष्टी सुरू झाल्या. मी मात्र अगदी शरमल्यासारखा झालो. माझा मित्र ती गोष्ट बोलला नसता तर बरे झाले असते, असे मला वाटले. मी स्वत:च्या मनाची खात्री करून देऊ लागलो की, आपण कविता करतो त्यात लाज वाटण्यासारखे काय आहे? माझ्या मित्राने मी कोणाच्या मुंड्या मुरगाळतो किंवा खिसे कातरतो, असे थोडेच सांगितले? कवी म्हणवून घेण्यात लाज कसली आली आहे? शेक्सपियर, शेले, कालिदास, कलापी यांच्याच जातीचा प्राणी मी ठरत नाही का? ही कल्पना आल्याबरोबर माझे मलाच हसू आले. एखाद्या ब्राह्मण पाणक्याने किंवा आचाऱ्याने सबंध हिंदुस्थानावर सत्ता गाजविणाऱ्या पेशव्यासारखाच मीसुद्धा चित्पावन ब्राह्मण आहे, अशी हास्यास्पद तुलना करण्यासारखीच माझी वरील कल्पना होती!

थोडा खोल विचार करता मला त्या बड्या मंडळींनी दाखविलेल्या कवींच्या किंवा लेखकांच्या बाबतीतल्या उपेक्षावृत्तीचे विशेष आश्चर्य वाटले नाही. पण मी त्या वेळेला शरमल्यासारखा झालो, या गोष्टीची मात्र मला राहून राहून शरम वाटू लागली. समाजाच्या या मजबूत आधारस्तंभासमोर समाजाचा आपण एक अगदीच अनुपयुक्त घटक आहोत अशी भावना क्षणभर का होईना, पण माझ्या मनाला चाटून गेली असावी, हीच गोष्ट माझ्या त्या शरमण्याच्या मुळाशी असावी असे मला वाटते. कवीला अगर लेखकाला शरमिंदा होण्याचा प्रसंग येतो, तो समाजाच्या इतर घटकांप्रमाणे त्याला स्वत:च्या व्यवसायांची दुसऱ्यांना आणि केव्हा केव्हा स्वत:लासुद्धा उपयुक्तता पटवून देता येत नाही म्हणूनच. कलेकरिता कलेचा कुणी कितीही आक्रोश करो, उपयुक्तता हीच मानवी जीवनात कुठल्याही गोष्टीची अंतिम कसोटी होय.

अशा अस्वस्थ मन:स्थितीत असतानाच एका तरुण अमेरिकन लेखकाची एक कादंबरी मी वाचायला घेतली. प्रस्तावनेत त्याने स्वत:विषयी सांगितलेली एक गोष्ट

वाचून माझा हर्ष गगनात मावेना. त्याच्यावरही माझ्यासारखाच एकदा शरमण्याचा प्रसंग आला होता. एखाद्या नापास झालेल्या मुलाला आपल्या बरोबरीने दोघे-तिघे मित्रही नापास झाले आहेत हे कळल्यावर जसा आनंद होतो, तसाच तो प्रसंग वाचून मलाही आनंद झाला. असल्या आनंदात काही दुष्टपणा असतो असे मला वाटत नाही. पण मानवी मनाचा हा एक दुबळेपणा आहे खरा. त्या लेखकाला एका गृहस्थाने सहज विचारले की, कादंबऱ्या लिहिण्याचा स्वत:चा व्यवसाय आहे हे सांगायला तुला लाज वाटत नाही का? तो तरुण लेखक क्षणभर गोंधळून गेला, पण नंतर त्याने दिलेले उत्तर मात्र त्या गृहस्थाला निरुत्तर करून टाकणारे होते.

तो लेखक म्हणाला, ''तुम्ही काय धंदा करता?''

''मी ॲस्पिरीनच्या गोळ्या विकतो.'' त्या गृहस्थाने उत्तर दिले.

''मग ॲस्पिरीन विकण्याच्या धंद्याची तुम्हाला लाज वाटते काय?''

''छे, छे, लाज कसली? माणसांना अत्यंत उपयुक्त अशा एका पदार्थाचा मी पुरवठा करतो, याचा मला अभिमान वाटतो.'' तो गृहस्थ उत्तरला.

''अस्सं! मग मानवाला अत्यंत जरूर असलेल्या सुखस्वप्नांचा मी पुरवठा करतो आणि त्याचा मला तुमच्यापेक्षाही अभिमान वाटतो.'' तो लेखक म्हणाला, ''कारण एक वेळ ॲस्पिरीनच्या गोळ्यांशिवाय माणसाचं चालेल, पण माणसांत व इतर जनावरांत फरक हाच की, इतर प्राण्यांप्रमाणे माणूस खातो, पितो, औषधे घेतो; पण इतर प्राण्यांपेक्षा त्याला आणखी एका गोष्टीची अत्यंत जरुरी भासते आणि त्याचमुळे तो इतर प्राण्यांपेक्षा श्रेष्ठ ठरतो. मानवी प्राण्याला केव्हा केव्हा सुखस्वप्नात रंगून जावेसे वाटते. तुमच्या व्यापारी भाषेत सांगायचे म्हणजे त्या सुखस्वप्नांचा मी कारखानदार आहे, समजला?''

त्या लेखकाचे उत्तर मोठे खोचदार आणि व्यवहारकुशल आहे, यात शंका नाही. पण मला त्या लेखकाच्याही पुढे जावेसे वाटते. ललित लेखकाने निर्माण केलेली आणि पुस्तकाच्या दोन पुठ्ठ्यात धरून ठेवलेली रंगीत सुखस्वप्ने मानवी मनाला क्षणभर गुंगवून विरंगुळा देण्याइतकेच कार्य करतात का? कल्पनेच्या कुंचल्याने रंगविलेल्या आणि फक्त मनाच्या डोळ्यांना दिसणाऱ्या क्षणजीवी सामान्य सुखस्वप्नांत आणि ललित लेखकाच्या अंत:करणात स्फुरलेल्या आणि त्याच्या लेखणीने चितारलेल्या चिरंतन सुखस्वप्नांत तुलनाच नाही. क्षणभंगुर सुखस्वप्नांचे गुंगवून टाकणारे तरल सौंदर्य ललितकृतीत असतेच असते. पण अगम्य मानवी जीवनाचा प्रतिभेच्या प्रकाशाने सुगम्य केलेला एक जिवंत खंड तिच्यात असतो. ललितकृती म्हणजे मानवी जीवनातला जिवंत धगधगीतपणा, पण त्यातली अगम्यता नाही आणि सुखस्वप्नांतले तरल सौंदर्य, पण त्यातली क्षणभंगुरता नाही! कागदाच्या कपट्यांवर कायम ठसविलेली ही सुखस्वप्ने आजच्याच मानवाने नव्हे, तर उद्याच्या

मानवानेही वाटेल तेव्हा मन मानेल तशी अवलोकावी आणि आपले अपुरे मानवी जीवन पूर्णांशाने जगावे. उपयुक्तता हीच जर मानवी व्यवहारात अंतिम कसोटी असेल, तर ललित लेखकाला स्वत:ची लाज वाटायला तर नकोच नको, पण अवनितलावर कुठेही ताठ मान करून चालावयाचा अधिकात अधिक अधिकार त्याला आहे!

मनाचे पिंजरे

परिचय

गेल्या तीन-चार वर्षांत छत्री ही राज्यछत्राइतकीच दुर्मीळ गोष्ट होऊन बसली आहे. मोठ्या मुश्किलीने बाजारात छत्री मिळवावी, ती फार महाग पडली म्हणून मनात चरफडावे आणि शेवटी पहिल्या पावसाला तोंड देता देता तिने आपल्याला काळ्या पाण्याने अभ्यंगस्नान घालावे हा अनुभव हल्लीच्या काळात कुणाला आलेला नाही? काणेकरांच्या या लघुनिबंधाचा उगम अशाच एखाद्या अनुभवात असावा. खेळकरपणातून तत्त्वचिंतनाकडे आणि तत्त्वाकडून पुन्हा खेळकरपणाकडे ते या निबंधात वळले आहेत.

लघुनिबंधाचे विशिष्ट असे तंत्र नसल्यामुळे ही उलटापालट सदोष आहे असे म्हणता येणार नाही. पण तंत्राची बंधने नसलेल्या कलाकृतीनेसुद्धा परिणामकारकता ही कसोटी मानलीच पाहिजे. 'माणसाचे जग' व 'मनाचे पिंजरे' या दोन निबंधांची या दृष्टीने अवश्य तुलना करून पाहावी.

या पावसाळ्याच्या सुरुवातीला मी दोन रुपयांना एक छत्री विकत घेतली. हो, हो, दोन रुपयांना छत्री! साध्या छत्र्यांचीही किंमत या दिवसांत दहा-बारा रुपये आहे. फार काय, जुन्या बाजारातदेखील पाच-सहा रुपयांखाली छत्री मिळत नाही आणि दोन रुपयांत छत्री मला मिळाली तरी कशी याचं पुष्कळांना आश्चर्य वाटेल. इतरांची गोष्ट कशाला? जुन्या बाजारातल्या त्या दुकानदारालाही मी ती छत्री निवडली तेव्हा आश्चर्य वाटलं. आधी एक गोष्ट स्पष्टच सांगून टाकलेली बरी. पावसाळ्यात छत्री वापरण्याच्या मी विरुद्ध आहे. पण शेवटी छत्री घ्यायचीच असं ठरवलं, तेव्हा जुन्या बाजारात गेलो आणि अगदी कमीत कमी किमतीची छत्री मला दाखव म्हणून त्या दुकानदाराला सांगितलं. पाच-सहा रुपये किमतीच्या दोन-चार चांगल्या छत्र्या त्यानं दाखवल्या. त्यापैकी एक मी घेणार होतो; इतक्यात कोपऱ्यातल्या एका छत्रीकडे माझं लक्ष गेलं.

“त्या छत्रीची किंमत काय?” मी विचारलं.

“दोन रुपये साहेब.” तो म्हणाला, “पण ती घेऊ नका तुम्ही. सबंध पाणी अंगावर येईल बघा.”

“पण ते कोपऱ्यात जे काही आहे ती छत्री आहे ना? आणि उघडून दोन-चार दिवस डोक्यावर धरता येईल ना?”

“हो,” तो म्हणाला, “पण साहेब...”

मी दोन रुपये त्याच्या अंगावर टाकले आणि ती छत्री घेऊन आलो. अशा तऱ्हेने मी दोन रुपयांना छत्री घेतली इतकंच नव्हे, तर ज्या उद्देशानं आपण पावसाळ्यात छत्र्या घेतो, तो उद्देशही अगदी संपूर्णपणे सफल झाला. छत्री घेण्याचा उद्देश पावसाळ्यात स्वतःचा पाण्यापासून बचाव करणं हा आहे असं पुष्कळांना वाटतं. पण ती केवळ स्वतःची फसवणूक आहे. छत्रीशिवाय आपण पावसात जितके भिजतो तितकेच, किंबहुना बरेचवेळा थोडे अधिकच छत्री असताना भिजतो. त्याशिवाय ती हरवली, मोडली, उडाली किंवा उलटी झाली म्हणजे नाना प्रकारचा मनस्ताप होतो तो वेगळाच. छत्री घेण्यात आपला खरा उद्देश, ‘का हो, भिजतसे चाललात? छत्री नाही वाटतं?’ असं कुणी विचारू नये किंवा भिजत चाललेल्याकडे इतर लोक ‘कोण वेडा हा!’ अशा अर्थानं टकमक पाहतात तसं- अर्थात ते स्वतः छत्री असूनही भिजतच असतात- आपणाकडे कुणी पाहू नये हाच असतो. मी जे म्हटलं की, ते छत्री नावाचं दोन रुपयांचं काहीतरी विकत घेऊन माझा उद्देश अगदी संपूर्णपणे सफल झाला तो याच अर्थानं. खरं सांगायचं म्हणजे आपण स्वतःकरिता छत्री मुळीच घेत नाही; तो सर्व खटाटोप दुसऱ्याकरिता असतो.

मला वाटतं, शेकडा नव्वद गोष्टी आपण अशाच केवळ दुसऱ्याकरिता करीत असतो. हा करतो म्हणून तो करतो, तो करतो म्हणून तिसरा करतो आणि मग सर्वच जण ती गोष्ट करू लागतात. खरोखर आपल्याला त्या गोष्टीचा काही उपयोग आहे किंवा तिच्यापासून आपणाला काही सुख आहे याचा कुणीच विचार करीत नाही. म्हणजे माझं म्हणणं असं नाही की, माणसानं स्वतःपुरतं पाहावं, दुसऱ्याचा मुळी विचारच करू नये. उलट मी असं म्हणेन, की दुसऱ्याला सुख होत असेल तर आपण थोडं दुःखही सहन करायला हरकत नाही. पण अशा अनेक गोष्टी आपण करतो की, ज्यापासून आपणाला सुख नसतंच, पण दुसऱ्याला त्याचा काडीइतका उपयोग नसतो. जे दुःख अपरिहार्य आहे किंवा जे दुःख सहन केल्यामुळे इतरांना काही सुख होणार आहे, ते सहन करणं ठीक; पण काही एक कारण नसताना उगाच स्वतःच्या जिवाचा कोंडमारा करायचा म्हणजे काय? एकामागून एक खड्ड्यात उड्या टाकणाऱ्या मेंढ्या आणि माणसं यांच्यात फरक तो काय राहिला मग?

परिस्थितीचे पिंजरे तोडून टाकल्याशिवाय मानवाची मुक्ती होत नाही म्हणतात. सामाजिक, आर्थिक, राजकीय, हरएक तऱ्हेच्या पिंजऱ्यात मानवी व्यक्तित्व खुरटत चाललं आहे आणि हे पिंजरे ताबडतोब तोडून फोडून टाकले पाहिजेत यात शंकाच नाही. पण एका इंग्रजी म्हणीत म्हटल्याप्रमाणं दानधर्माची सुरुवात ज्याप्रमाणं स्वत:च्या घरापासून व्हावी, त्याप्रमाणं या जागतिक क्रांतीचाही प्रारंभ मनाचे पिंजरे तोडून टाकण्यापासून व्हावा, हे उत्तम. मोठमोठी माणसं मोठमोठ्या क्रांत्या करताहेत तोपर्यंत आपल्यासारख्या छोट्या माणसांनी 'छत्रीछप्पर मुर्दाबाद!' इथपासूनच सुरुवात करायला काय हरकत आहे? आणि ते किती सोपं आहे पाहा. हिशेबच करून दाखवतो. पावसाळा अजमासे चार महिने म्हणजे एकशेवीस दिवस असतो. पैकी फार तर साठ दिवस पाऊस पडतो. म्हणजे उरले साठ दिवस. त्यातून तीस दिवस रात्रीचा पडतो. राहिले तीस दिवस. तोही काही सारखा पडत नाही. आपण घरातल्या घरात किंवा कामाच्या ठिकाणी असता निदान पंधरा दिवस तरी पावसाचे जातात. म्हणजे फक्त पंधराच उरले. थोडा झिम झिम पाऊस असला तर जातायेता कुठंतरी झाडाखाली किंवा एखाद्या कोपऱ्यात पाच मिनिटे थांबून आपण सहज न भिजता घरी येऊ शकतो. असे सात दिवस तरी जातात. आता आठच दिवस राहिले. आपण जायलायायला आणि जोराचा पाऊस पडायला- असा योगायोग फार तर चारच वेळा येतो. चार महिन्यांतून केवळ चार वेळा छत्रीचा आपणाला उपयोग होतो. आणि इतक्या जोराच्या पावसात आपण छत्री असूनही भिजतोच! आणि तरीही आपण वाटेल ती किंमत देऊन छत्री विकत घ्यायची यातायात काय करतो, ती हरवल्यावर सुस्कारे काय सोडतो, ती उडाल्यावर तिच्या मागून चिखलपाण्यातून वेड्यासारखे धावतो काय आणि ती उलटी झाल्यावर भररस्त्यात वेड्यावाकड्या उड्या काय मारतो! छे, छे - पुढच्या वर्षापासून 'छत्रीछप्पर मुर्दाबाद!'

दोनपदरी गोफ

परिचय

जग खरोखरीच सुधारले आहे काय, हा प्रश्न कुणाही समंजस मनुष्याच्या पुढे उभा राहावा अशीच मानवतेची सद्यःस्थिती आहे. बैलगाडीची जागा आगगाडीने घेतली तेव्हा मानवाच्या अंगावर केवढे मांस चढले! आगगाडीच्या पाठोपाठ मोटार आली. तिची नवलाई ओसरते न ओसरते तोच आकाशात विमानाचा गुंजारव सुरू झाला. माणसाला वाटले, आपले हात गगनाला लागले. सुखाचा सदैव शोध करीत असलेला अतृप्त मानवी जीव स्वतःशीच हसून म्हणाला, 'स्वर्ग काय दोन बोटं उरला आता!'

पण दुसरे महायुद्ध सुरू होऊन तीच विमाने कोल्हेकुई करीत जेव्हा देशोदेशीच्या निरपराधी बालकांवर बाँबवर्षाव करू लागली तेव्हा व्याकूळ होऊन मानवी हृदय उद्‌गारू लागले, 'स्वर्ग आणि नरक यांची महाद्वारे बाहेरून सारखी दिसतात हेच खरे!'

मनुष्याचे ज्ञान भराभर वाढत गेले. पण त्याची माणुसकी अद्यापि जिथल्या तिथेच राहिली आहे. मनुष्याने निसर्गावर प्रभुत्व संपादन केले, पण त्याला अजून स्वतःवर विजय मिळविता आला नाही. हे किंवा असले अनेक आक्षेप अंशतः सत्य असले तरी त्याचा अर्थ मनुष्य अजून प्रगतिपथावरला प्रवासी आहे, तो आपल्या ध्येयापासून अद्यापि फार दूर आहे एवढाच होतो; त्यामुळे त्याने जे मिळविले आहे त्याची किंमत कमी लेखणे ही मोठी घोडचूक होईल. आंधळ्याच्या शाळा, क्षयरोग्यांची निवासस्थाने, कुठल्यातरी बाजूच्या खेड्यात रेडिओवरून परदेशच्या बातम्या ऐकणारा प्रवासी, ही किंवा असली दृश्ये पाहिली म्हणजे शास्त्राने मनुष्याच्या सुखात किती महत्त्वाची भर टाकली आहे याची कल्पना येते.

या प्रश्नाची हीच बाजू काणेकरांनी आपल्या विशिष्ट पद्धतीने या लघुनिबंधात मांडली आहे.

गणूकाकांच्या त्या प्रश्नांना उत्तर देणे खरोखरच कठीण होते. मी म्हणत होतो, की इतिहासाच्या सुरुवातीपासून आतापर्यंत अडखळत का होईना, पण जगाची सारखी प्रगती होते आहे- जग सुधारत आहे. गणूकाकांच्या मते जगाची सारखी परागती होते आहे- जग दिवसेंदिवस वाईट होत चालले आहे. आणि माझ्या युक्तिवादाला त्यांनी दिलेली उत्तरेही समर्पक होती. मी म्हणालो, "ज्यावेळी क्षुधाशमनासारखी मामुली गोष्ट करण्यासाठी मानवप्राणी दिवसरात्र हिंस्र श्वापदांशी झुंज करून चार कंदमुळं मिळवीत होता, झाडांच्या सालींनी आपल्या अब्रूचं रक्षण करीत होता आणि एका ठिकाणाहून दुसऱ्या ठिकाणी जाण्याकरिता कित्येक दिवस पायांनी रखडत होता, त्या वेळच्या माणसापेक्षा वाटेल तेव्हा वाटेल तिथं बसून चहाकॉफी पिणारा, तलम रेशमी वस्त्रं परिधान करणारा आणि हजारो मैलांचं अंतर हा हा म्हणता ओलांडून जाणारा आजचा मानव अधिक पुढं गेलेला- सुधारलेला- तुम्हाला वाटत नाही काय? इतकं असूनही जग दिवसेंदिवस मागं जात आहे- वाईट होतं आहे, असंच तुम्हाला वाटतं?"

माझे म्हणणे पुरे करू देण्याइतकासुद्धा गणूकाकांना धीर नव्हता. मी थांबलो मात्र आणि गणूकाकांनी आपली सरबत्ती सुरू केली. "तुझं म्हणणं सगळं ठीक आहे." ते म्हणाले, "पण सर्व प्रगतीचा- सुधारणेचा हेतू काय? माणसाचं सुख हाच ना? तुझ्या सुधारणेबरोबर माणसांची दु:खंही शतपटीनं वाढली आहेत. पूर्वी आगगाड्या आणि मोटारी नव्हत्या, पण त्यामुळे माणूस अधिक सुखी होता. तुमच्या मोटारींनी तुम्ही हा हा म्हणता इकडून तिकडे जाता खरे, पण तुझ्या मुंबई शहरातच रोज शेकडो माणसं मोटारखाली सापडून मरतात! पूर्वीची माणसं कंदमुळावर भूक भागवीत होती आणि वल्कलांनी अब्रू झाकीत होती हे खरे आहे, पण चहा आणि कॉफी यथेच्छ पिऊन नंतर अमक्याचं फ्रूट-सॉल्ट आणि तमक्याच्या लिव्हर-पिल्स घेत डॉक्टरांचे उंबरठे झिजवणाऱ्या तुम्हा लोकांपेक्षा ती सुखी होती खास!"

सुखाचीच कसोटी सुधारणेला लावायची- आणि तीच लावणे योग्य आहे- तर काकांच्या या भडिमाराने मी थोडा वेळ सर्द झालो हे कबूल केलेच पाहिजे. पण थोडा वेळच. तेव्हा मोटारी आणि यांत्रिक सुधारणा नसल्यामुळे अपघात होत नव्हते आणि म्हणून त्यावेळचे लोक सुखी होते आणि आज यांत्रिक सुधारणेच्या काळात शेकडो लोक हरघडी मोटारखाली सापडून चिरडले जातात म्हणून आजचे लोक दु:खी आहेत हे म्हणणे प्रतिपक्षाला क्षणभर निरुत्तर करून टाकणारे असले, तरी नुसत्या गणिती हिशेबानेसुद्धा ते अजिबात फोल आहे हे दाखवून देता येईल. फार काय, पण त्यावेळच्या सुखदु:खांची वजाबाकी करून उरलेल्या सुखापेक्षा आजच्या सुखातून दु:ख वजा जाता उरलेले सुख कदाचित काकणभर अधिकच भरेल हेही सिद्ध करणे कठीण नाही. त्यावेळी मोटारीचे अपघात नव्हते, पण हिंस्र श्वापदांनी गजबजलेल्या मार्गांनी एका ठिकाणाहून दुसऱ्या ठिकाणी जाताना किंवा नुसतीच

रोजची भूक भागविण्याकरिता भयंकर जंगलातून कंदमुळे धुंडाळताना किती माणसे मृत्युमुखी पडत असतील! आणि कंदमुळावर राहिल्यामुळे त्यांना लिव्हर-पिल्स किंवा फ्रूट-सॉल्टची जरूर भासत नसेल, पण जर का एखादी विकृती शरीरात उद्भवली तर योग्य औषधांच्या किंवा शस्त्रक्रियेच्या अभावी किती लोक असह्य वेदनांनी व्याकूळ होत प्राण सोडीत असतील?

गणूकाकांना गप्प करायला हा आकडेवारी हिशेब खूप झाला; पण माझं स्वत:चंच त्यानं तितकंसं समाधान होत नाही. टोपलीतल्या आंब्यांप्रमाणे किंवा गोणीतल्या तांदळाप्रमाणे सुखदु:खाचे मोजमाप थोडेच करता येते? मग उगीच वजाबाक्या करण्यात अर्थ काय? मानवी सुधारणेच्या इतिहासात सुखाबरोबर दु:खाची वाढ झाली आहे हे कबूल; पण गणूकाकांसारख्यांचे तोंड बंद करायचे म्हणजे, त्यांच्या म्हणण्याचा अर्थ खरा आहे असे धरून चालल्यास त्यापासून अनर्थ कसा होतो हे दाखवून देऊन सुखाबरोबर दु:खे वाढली म्हणून सुधारणेला जर कुधारणा म्हणून हसायचं किंवा प्रगतीची परागती म्हणून हेटाळणी करायची, तर डोंगरमाथ्यावरून उष:काल पाहणाऱ्या माणसाची खाली पायथ्याकडे काळोखात उभ्या राहिलेल्या माणसाने कीव करायला हरकत नाही. तो मनुष्य अभिमानाने म्हणून शकेल की, "या डोंगरमाथ्यावरच्या माणसाचा पाय घसरला तर खाली कोसळून त्याला किती भयंकर मृत्यू येण्याचा संभव आहे! मला तसली काहीच भीती नाही- मी खंबीर जमिनीवर उभा आहे!" किंवा क्लिओपात्रासारख्या त्रैलोक्यसुंदरीच्या प्रेमाची माधुरी चाखून भग्नहृदय झालेल्या सीझरसारख्या पुरुषश्रेष्ठाला एखादा सामान्य कारकूनसुद्धा छाती फुगवून सांगू शकेल की, "मी किती सुखी आहे पाहा! तुझ्यासारखी तळमळ आणि तडफड मला माहीतसुद्धा नाही, कारण प्रेम आणि प्रणय असल्या भानगडीत मी कधी पडलोच नाही!" आणि याच हिशेबाने माणसापेक्षा दगड अत्यंत सुखी ठरेल- कारण त्याला भूक नाही, तहान नाही, रोग नाही, की राई नाही, ताणाताण नाही की कसली यातायात नाही, कसला लढा नाही की झगडा नाही!

सुखाच्या कल्पना करताना आम्ही विसरलो ते हेच की, जीवन म्हणजे झगडा. जीवन म्हणजे काही सारखी लांबत जाणारी एक पदरी माळ नव्हे- जीवन म्हणजे परस्परविरुद्ध प्रवृत्तीचा ना आदी ना अंत असा दोन पदरी गोफ! प्रगत जीवन- मोठे जीवन म्हणजे मोठा लढा- तीव्र झगडा. मोठ्या लढ्यात जखमा मोठ्याच होणार. पण या लढ्यातला विजयही मोठा आणि त्या विजयाचे सुखही मोठेच नाही काय? पूर्वीच्या मानवांपेक्षा आम्हा आजच्या मानवांना मोठ्या दु:खांशी लढण्याचा मोठा मान मिळाला आहे. झाले तर. हीच आमची प्रगती!

मोठ्यांचा लहानपणा

परिचय

मोठ्या माणसांकडे ती मोठी आहेत या दृष्टीने आपण पाहू लागतो! पण त्यामुळे ती माणसे आहेत या गोष्टींचा मात्र आपल्याला विसर पडतो. पर्वताचे शिखर उंच असते हे खरे; पण पृथ्वीवर इतरत्र आढळणाऱ्या मृत्तिकेने आणि पाषाणांनीच पर्वत बनलेला असतो. माणसाचा मोठेपणा हा पर्वतशिखरासारखा असतो हे आपण सदैव ध्यानात ठेवायला हवे. समाज हे विसरला म्हणजे अंध विभूतिपूजेची प्रवृत्ती तरी बळावते किंवा मोठ्या माणसांकडून भलभलत्या अपेक्षा तरी केल्या जातात. या दोन्ही गोष्टी मानवतेच्या प्रगतीच्या दृष्टीने विघातक असल्यामुळे मोठ्या माणसांकडे पाहण्याची आपली दृष्टी कशी असली पाहिजे हे या निबंधात काणेकरांनी सूचित केले आहे.

काही दिवसांपूर्वी कसल्याशा जुन्या आठवणी मी लिहिल्या. त्या आठवणींचा विषय पाहता त्या आणखी खूपच छानदार रीतीनं रंगवता आल्या असत्या; पण मी त्या तशा रंगवल्या नाहीत असं माझ्या काही मित्रांचं म्हणणं पडलं. मला त्या म्हणण्यासंबंधी काहीच लिहायचं नाही; पण त्याचा विचार करीत असता मला दुसरी एक मजेदार गोष्ट आठवली. एक तरुण लेखक मला एकदा भेटायला आला होता. त्यावेळी माझ्या उजव्या हाताची दोन बोटं कुठंतरी अपघातात जखमी झालेली असल्यामुळे बांधलेली होती. हाताला काय झालं म्हणून त्यानं विचारलं तेव्हा अमक्या ठिकाणी माझी बोटं चेंगरली म्हणून त्याला मी सांगितलं होतं. त्या भेटीनंतर चार-सहा महिन्यांनी बाहेरगावच्या एका साप्ताहिकाचा अंक संपादकांनी माझ्या नावावर मुद्दाम पाठविलेला मला आढळला. 'मला भेटलेले आधुनिक साहित्यिक' या नावाची त्या तरुण लेखकाची एक लेखमाला त्या साप्ताहिकात चालू होती आणि त्या अंकात माझ्यासंबंधी त्यानं लिहिलं होतं, असं मला दिसून आलं. माझ्याबद्दल फारच चांगले उद्गार त्यानं काढले होते. पण माझी स्तुती

करण्याच्या भरात एक न घडलेली गोष्ट त्यानं सांगून टाकली होती. 'मी जेव्हा म्हणालो,' त्यानं लिहिलं होतं, 'आता बरेच दिवस तुम्हाला काही लिहिता येणार नाही,' तेव्हा ते आवेशानं म्हणाले की, 'उजवा हात जायबंदी झालेला असला, तरी डाव्या हातानं लिहून मी माझ्या विरोधकांचा फडशा पाडीन!' मी असं काहीच म्हटलं नव्हतं आणि म्हणायचं कारणही नव्हतं. त्या बिचाऱ्यानं अगदी सद्हेतुपूर्वक मला वीरपुरुष बनवायचा प्रयत्न केला होता! पण वाचणारांना मात्र मी एक आचरट, नाटकी माणूस आहे असं वाटलं असेल.

आपणामध्ये ज्या अनेक ठरावीक कल्पना आहेत त्यात हीही एक कल्पना आहेच. एखादा मनुष्य एखाद्या क्षेत्रात मोठा असला की, सर्वच बाबतींत तो मोठा असतो, सामान्य माणसांतले गुणदोष त्याच्यात काहीच नसतात अशी एक आपली ठरावीक कल्पना आहे आणि या कल्पनेला बळी पडून आपण एखाद्या माणसावर अनेक प्रकारचा मोठेपणा लादीत असतो. म्हणून केव्हा केव्हा गंमत करायचा मला अनावर मोह होतो. देशात काहीतरी गंभीर परिस्थिती निर्माण झाली होती आणि अखिल भारतीय काँग्रेस कमिटीची एक महत्त्वाची सभा मुंबईत चालू होती. माझ्या एका मित्राबरोबर मी त्या सभेला गेलो होतो. वृत्तपत्र प्रतिनिधींची जागा पुढाऱ्यांच्या बैठकीच्या अगदी जवळ होती आणि सर्व पुढाऱ्यांचे चेहरे आम्हाला चांगले दिसत होते. देशात अत्यंत लोकप्रिय असलेले आणि आम्हा सर्वांचे एक अत्यंत आवडते पुढारी एका कोपऱ्यात अगदी रडवा चेहरा करून बसले होते.

"देशावर आलेल्या संकटाच्या तीव्र जाणिवेनं त्यांचा चेहरा किती पडला आहे पाहा," माझा मित्र अगदी कळवळून म्हणाला.

"तू म्हणतोस तसल्या तीव्र जाणिवेनंच कशावरून? भयंकर अपचन किंवा बद्धकोष्ठ झाल्यामुळे त्यांचा चेहरा कशावरून पडलेला दिसत नसेल?" मी शांतपणे म्हणालो. माझा गंभीर प्रकृतीचा मित्र माझ्यावर अतिशय संतापला.

"सदासर्वदा उल्लूपणा करणं चांगलं नव्हे!" तो चिडून म्हणाला.

"थट्टा करायचा माझा मुळीच उद्देश नाही," मी म्हणालो, "खरोखरच मी तुला विचारतो, तू म्हणतोस नक्की त्याच कारणानं त्यांचा चेहरा पडला असेल याला आधार काय? आणखी एखाद्या माणसाला अपचन होणं आणि त्यामुळे त्याचा चेहरा पडणं यात कमीपणा काय आहे? तो पुढारी झाला तरी माणूसच आहे ना?"

एखादा मनुष्य मोठा असला की, तो सर्व दृष्टींनी मोठा असतो हे मला मुळीच मान्य नाही. मी तर उलट म्हणतो की, मोठ्या माणसात सामान्य माणसांत आढळणारे सर्व लहानपणाचे प्रकार असतात. इतकेच नव्हे, तर ते फार मोठ्या प्रमाणात असतात. किंबहुना एवढ्या मोठ्या लहानपणाला सांभाळून तो इतरांपेक्षा काही मोठेपणा दाखवतो म्हणूनच तो मोठा! मला नीटसं आठवत नाही, पण मला

वाटतं टॉलस्टॉयनंच कुठंतरी आपली एक आठवण सांगितली आहे. आपल्या आईवर टॉलस्टॉयचं अतिशय प्रेम होतं. तिच्या मृत्युसमयीचं वर्णन तो देतो आहे. त्यावेळी तो तरुण होता. तिचा प्राण गेला होता. सर्व मंडळी आजूबाजूला ओक्साबोक्शी रडत होती. टॉलस्टॉयला रडूच येईना. त्याला भयंकर भूक लागली होती आणि काहीतरी खावंसं वाटत होतं. त्याची त्यालाच लाज वाटू लागली. दोन-तीन दिवसांनी सर्व मंडळी शांत झाली आणि आपापल्या कामधंद्याला लागून हसू खेळू लागली. पण जसजसे दिवस जाऊ लागले, तसतसं आईशिवाय टॉलस्टॉयला ओकंओकं वाटू लागलं आणि त्याला हुंदके आवरेनात.

टॉलस्टॉयसारख्या महात्म्याला आपली आई मरून पडली असता काहीतरी खावंसं वाटत होतं, यावर सामान्य माणसाचा विश्वासही बसणार नाही. टॉलस्टॉयनंच सांगून टाकलं म्हणून बरं. हीच गोष्ट आम्ही कुणी सांगितली असती, तर आम्ही उल्लू ठरलो असतो!

■

नि:पक्षपाती मते

परिचय

सार्वजनिक जीवनात नेहमी नानाप्रकारचे वाद माजलेले आपण पाहतो. या वादविवादात दोन्ही बाजूंची मंडळी सत्य आपल्याच खिशात आहे असा आविर्भाव आणून वागत असतात. पण खरोखर सत्याचा शोध इतका सुलभ आहे का?

समाजातली शेकडा नव्याण्णव माणसे स्वार्थपूजक असतात. त्यांची गोष्ट आपण सोडून देऊ. पण त्यांच्यापैकी उरलेला एक- ज्याने लौकिकदृष्ट्या स्वार्थाकडे पाठ फिरविलेली असते आणि ज्याची मते वैयक्तिक रागालोभांनी दूषित होण्याचा संभव नसतो, असा मनुष्य सत्य पाहू शकतो किंवा तो जे पाहतो ते बोलू शकतो असे थोडेच आहे! तो कदाचित जाणूनबुजून खोटे बोलणार नाही. पण सीतेचे हरण करण्याकरिता रावणाने जसा ऋषीचा वेष घेतला होता त्याप्रमाणे सत्याचे सोंग घेऊन माणसाच्या मनात स्वार्थ नेहमी चोरपावलांनी प्रवेश करीत असतो. म्हणूनच काणेकर या निबंधात म्हणतात, 'प्रत्येक प्रश्नावर आपले मत बनविताना आपली कळत अगर नकळत स्वहितावर दृष्टी असते.'

काही दिवसांपूर्वी घरांची भाडी कमी करावी, अशी एक चळवळ मुंबईत सुरू झाली होती. त्यावेळी त्या चळवळीचे एक पुढारी माझ्याकडे येऊन म्हणाले, ''तुमचं अगदी नि:पक्षपाती मत द्या बुवा या विषयावर.''

मी म्हटले, ''मी नि:पक्षपाती मत मुळीच देणार नाही. मी धडधडीत पक्षपाती मत देणार आणि ज्या अर्थी मी भाड्याच्या घरात राहतो, त्या अर्थी भाडी नुसती कमी करावी इतकेच नव्हे, तर शक्य असल्यास भाडी घेऊच नयेत असे माझे ठाम मत आहे!''

हो, उगाच नि:पक्षपातीपणाचे ढोंग कशाला? खरे पाहू गेल्यास कुणी कधीच नि:पक्षपाती मत देत नाही. प्रत्येक प्रश्नावर आपले मत बनविताना आपली कळत

अगर नकळत स्वहितावर दृष्टी असतेच. केव्हा केव्हा यात स्वार्थाचा किंवा ढोंगीपणाचा खरोखरच प्रश्न नसतो. आपण अगदी प्रामाणिकपणे नि:पक्षपाती होण्याचा प्रयत्न करीत असतो आणि आपण स्वार्थी विचार करीत नाही याची आपणाला पूर्ण खात्री वाटत असते. तरी पण आपला स्वपक्षपात केव्हा केव्हा वर डोकावतोच. म्हणूनच मी म्हणतो, की केव्हा केव्हा नकळत आपली स्वहितावर दृष्टी असते.

मला स्वत:ची एक गोष्ट आठवते. आमचे गणूकाका एकदा फार आजारी होते आणि त्यांच्या शुश्रूषेचा बराचसा भार माझ्यावर पडला होता. मी अगदी थकून गेलो होतो. शेवट ते एकदा बरे झाले आणि हवा पालटण्याकरिता त्यांनी लोणावळ्याला किंवा दुसऱ्या कोठल्या तरी हवेच्या ठिकाणी जावे असे डॉक्टरांनी सांगितले. तेव्हा लोणावळ्याला जायचा त्यांना मी फार आग्रह करू लागलो. आणखी चार-आठ दिवसांनी जाईन असे ते म्हणत होते. पण मी त्यांना लगेच निघायला सांगत होतो. त्यांनी तेथे लवकर जाऊन खूप दिवस राहावे म्हणजे त्यांना बरे वाटेल, असे खरोखरच मला वाटत होते. म्हणूनच त्यांना मी आग्रह करीत होतो. पण ते निघून गेल्यावर मला किंचित असा भास होऊ लागला की, त्यांना एवढा आग्रह करण्यात केवळ त्यांचेच हित माझ्या डोळ्यासमोर होते असे नाही. ते एकदा लवकर गेले म्हणजे मलाही थोडा विसावा मिळेल ही थोडी तरी स्वहिताची भावना त्या आग्रहाच्या मुळाशी असावी. आणि मला वाटते, ती होतीच. पण त्यात लाज वाटण्यासारखे काहीच नाही. स्वत:च्या शरीरातून स्वत: फुटून बाहेर पडणे कुणालाही शक्य नाही आणि त्यामुळे आपल्या प्रत्येक विचारावर आणि आचारावर आत्मीयत्वाची थोडीबहुत छटा पडायचीच. स्वत:ला सोडून आपण विचार तरी कसा करणार?

पण अशी ही परिस्थिती असतानासुद्धा आम्ही स्वहिताच्या किंवा स्वत:च्या वर्गाच्या हिताचा मुळीच विचार न करता अगदी नि:पक्षपाती मते देतो, असे सर्व जगाला ओरडून सांगणारे महात्मे जगात कितीतरी आहेत. अशा एका महात्म्यावर अत्यंत मार्मिक टीका असलेले एक सुंदर व्यंगचित्र माझ्या एकदा पाहण्यात आले होते. त्यातला विषय मोठा मजेदार होता. एक काळाकभिन्न पाण्याचा डोह काढला होता आणि त्याला 'दुर्दशा' असे नाव दिले होते. त्या डोहात एक शिडी असून, तिच्या बऱ्याचशा खालच्या पायऱ्या डोहाच्या पाण्यात बुडालेल्या होत्या. शिडीच्या अगदी तळाला एक मजूर उभा असून, त्याच्या शरीराचा सर्व भाग पाण्यात बुडालेला आणि फक्त डोके तेवढे पाण्याच्या बाहेर होते. त्या मजुराच्या वर एक मध्यमवर्गीय मनुष्य उभा असून, त्याच्याही वर शिडीच्या वरच्या टोकाला धरून एक गलेलठ्ठ श्रीमंत मनुष्य उभा होता. या सर्वांकडे पाहात एक नि:पक्षपाती महात्मा व्याख्यान देत होता की, "बाबांनो, सर्व जग दुर्दशेच्या तडाख्यात सापडले आहे

तेव्हा सर्वांनी- श्रीमंतांनी, गरिबांनी- सारखाच स्वार्थत्याग करायला तयार झाले पाहिजे. अगदी काही एक पक्षपात न करता मी सांगतो, की तुम्ही प्रत्येकाने फक्त एकच पायरी खाली उतरा!''

किती नि:पक्षपाती निकाल! श्रीमंतानेही एकच पायरी खाली यायचे, मध्यमवर्गीयानेही एकच पायरी आणि गरिबानेही एकच! पण या नि:पक्षपाती निकालाचा परिणाम मात्र एवढाच होणार होता की, श्रीमंत मनुष्य एक पायरी खाली आला तरी वरच्या वर सुरक्षित राहत होता. मध्यमवर्गीयांचे एक पायरी खाली आल्यामुळे पाय पाण्यात बुडत होते. गरीब मात्र एक पायरी खाली आल्याबरोबर डोकेही पाण्याखाली बुडून जिवानिशी मरत होता! तरी पण असल्या नि:पक्षपाती महात्म्यांचे पोवाडे गाणारे हरीचे लाल जगात काय थोडे आहेत!

■

काहीतरी

परिचय

प्रसिद्ध इंग्रजी लघुनिबंधकार बेलॉक याने 'On Nothing', 'On Any Thing' अशा मथळ्याचे मजेदार लघुनिबंध लिहिले आहेत. काणेकरांचा हा छोटा निबंध अशाच प्रकारचा आहे. विनोदी लेखक दुसऱ्याची टोपी उंच उडवून वाचकाला गुदगुल्या करतो. पण लघुनिबंधकार स्वत:चीच टोपी उडवून वाचकाच्या मनात आपलेपणा कसा निर्माण करतो हे या लघुनिबंधाचा शेवट वाचला म्हणजे सहज लक्षात येते. काणेकर शेवटी लिहितात, 'आणि आता अगदी माझी स्वत:ची अंदरकी बात सांगायची म्हणजे आज जेव्हा मला लिहायला काहीच सुचेना तेव्हा मी विचार केला की, या 'काहीतरी'च्या सोईस्कर पांघरुणाखाली आपण आपली हतबुद्धता खुशाल झाकावी.'

माझ्या ओळखीचे एक वृद्ध गृहस्थ आहेत. त्यांना जर कधी आपण सहज विचारलं, ''काय हो, काय चाललं आहे अलीकडे?'' तर त्यांचे या प्रश्नाला उत्तर ठरलेले आहे, ''काही नाही. करतो आहे काहीतरी.'' आणि या काहीतरीचा तुम्हाला कधीच उलगडा होत नाही. या गृहस्थांचे हे नेहमीचेच आहे, पण त्यात त्यांना आपण विशेष हसण्यासारखे काही आहे असे मला वाटत नाही. आपणापैकी बहुतेकजण कितीतरी वेळा अशीच उत्तरे देतात. एकदा तर- गणूकाकांशी या 'काहीतरी'वरून माझं कडाक्याचं भांडण झालं.

कुणातरी प्रख्यात राजकीय पुढाऱ्याच्या कार्यक्रमावर मी सडकून टीका केली आणि त्याला खूप शिव्या हासडल्या. गणूकाका पडले त्या देशभक्ताचे परमभक्त. संतापून त्यांनी माझ्यावर उलट हल्ला चढविला.

''त्याच्या कार्यक्रमात असतील दोष, पण तुम्ही काहीच करीत नाही त्यापेक्षा तर तो 'काहीतरी' करतो आहे देशासाठी.'' गणूकाका ओरडले.

''खरं आहे,'' मी म्हणालो, ''आम्ही देशाचं बरंवाईट काहीच करीत नाही. तो

काहीतरी म्हणजे थोडंबहुत का होईना, पण देशाचं नुकसान करतो आहे! काहीच न करण्यापेक्षा नुकसान केलेलं काय वाईट? असंच की नाही, काका?''

या 'काहीतरी'ची मला फार चीड येते. एखाद्या गोष्टीची नीटशी स्पष्ट कल्पना नसली, डोक्यात कसला तरी घोटाळा उडालेला असला, की तो घोटाळा लपविण्याकरिता या 'काहीतरी'चा ढालेसारखा उपयोग करण्यात येतो, असे मला वाटते. पुष्कळ लोक माझ्याकडे केव्हा केव्हा लेख मागायला येतात. साहजिकच मी त्यांना पहिला प्रश्न असा विचारतो, ''कोणत्या विषयावर लेख पाहिजे बुवा तुम्हाला?''

ते मोठ्या गंभीरपणाचा आव आणून शांतपणे मला उत्तर देतात, ''तसं काही नाही. 'काहीतरी' लेख द्या तुम्ही लिहून!'' स्वत:ला काय पाहिजे हे यांना स्वत:लाच जर माहीत नसते, तर लेख जमविण्याच्या आणि ते छापण्याच्या भानगडीत हे लोक पडतात तरी कशाला? स्वत:च्या डोक्यातला गोंधळ झाकण्याकरिता या 'काहीतरी'चा उपयोग केला, तर मी म्हणतो ते एक वेळ क्षम्य आहे. पण काही लोक स्वत:चा गोंधळ लपवून वर आणखी दुसरा मनुष्य गोंधळलेला गद्धा आहे हे सिद्ध करण्याकरिता जेव्हा या 'काहीतरी'चा उपयोग करतात, तेव्हा मात्र मनुष्यस्वभावाचा मोठा अचंबा वाटतो.

आमच्या गणूकाकांचा मुलगा बरेच दिवस नोकरीशिवाय घरी रिकामा बसलेला आहे. काही ना काही कारण काढून गणूकाका त्याच्यावर नेहमी रागावतात. एकदा अगदी त्रासून गणूकाका मला सांगू लागले, ''काय बावळट पोरगा आहे हा! मी त्याला सांगतो आहे, अरे 'काहीतरी' उद्योग कर. पण म्हणतो, काही सुचतच नाही. आता काय करावं याला?''

''तुमचं म्हणणं काय? त्याने काय उद्योग करावा?'' मी म्हणालो.

''अरे अमुकच कर असं मी तरी कुठं म्हणतोय? माझं म्हणणं एवढंच की, स्वस्थ बसण्यापेक्षा आपलं 'काहीतरी' करावं!''

मला हसू आवरेना. त्याला काही सुचत नाही म्हणून काका त्याला बावळट म्हणत होते. त्याने काय करावे म्हणून मी विचारता त्याने 'काहीतरी' करावे असे मोठ्या पोक्तपणाने काका मला बेधडक सांगत होते. माझ्या मते 'काहीतरी' ही मनुष्याच्या हतबुद्धतेची फडकणारी पताका आहे. हसू येते ते मनुष्य ही पताका विजयपताका म्हणून खांद्यावर घेऊन मिरवतो त्याचे. आता अगदी माझी स्वत:ची 'अंदरकी बात' सांगायची म्हणजे आज जेव्हा मला लिहायला काहीच सुचेना तेव्हा मी विचार केला, की या 'काहीतरी'च्या सोईस्कर पांघरुणाखाली आपण आपली हतबुद्धता खुशाल झाकावी!

■

सामान्यांचे असामान्यत्व

परिचय

भावनेच्या ओघाबरोबर वाहून जाणे हा काणेकरांचा प्रकृतिधर्मच नाही. पण प्रत्येक गोष्टीकडे व्यावहारिक दृष्टीने पाहण्याची सवय असूनही त्यांच्या अंत:करणात भावनेचा केवढा ओलावा आहे याची कल्पना या निबंधावरून येईल. बुद्धी, सत्ता, विद्वत्ता किंवा संपत्ती यांच्यापैकी एखादीच्या कृपेला जे सुदैवाने या जगात पात्र होतात, ते इतर लोकांना सामान्य लेखून त्यांच्याकडे तुच्छतेने पाहू लागतात. पण आकाशाने पृथ्वीकडे कितीही तिरस्काराने पाहिले आणि रात्री आपल्या चमकणाऱ्या तारकांचे प्रदर्शन करीत तिच्या साध्यासुध्या मातीला हिणविले तरी मानवप्राणी जगतो तो काही तारकांच्या तेजावर नाही. प्रसन्न मुद्रेने त्या मातीतून प्रकट होणाऱ्या अन्नपूर्णेच्या आशीर्वादानेच मनुष्य सुखी होतो. सामान्य माणसांचे मोठेपणही असेच आहे. ते त्याच्या व्यक्तित्वात सुप्तावस्थेत असते. पण त्याचा आविष्कार व्हायला तशीच संधी यावी लागते. ब्रह्मदेशात सुभाषबाबूंचा मातृभूमीच्या दास्यमोचनाचा ओजस्वी संदेश ऐकताच ज्या कारकुनांनी हसतमुखाने खांद्यावर बंदुका चढविल्या, ते क्षणात लेखण्या भिरकावून लढवय्ये होतील अशी त्यांच्या बरोबरीच्या लोकांना पूर्वी कधीतरी कल्पना आली असेल का? पण हे घडू शकले. सामान्य मनुष्य असामान्य ठरला.

मोठ्या माणसांच्या अलौकिक गुणांइतकेच सामान्य माणसांचे सुप्त असामान्यत्व मानवी प्रगतीला पोषक होत आले आहे. त्या प्रगतीचा इतिहास घडविण्याला त्यानेही महत्त्वाचा हातभार लावला आहे आणि यापुढे जगात जर शांतिसुखाचा अवतार व्हायचा असेल तर तो जागृत झालेल्या सामान्य माणसाच्या तपश्चर्येनेच होईल. शेतातला शेतकरी, कारखान्यातला मजूर, शाळेतला शिक्षक, स्वयंपाकघरातली बाई, दवाखान्यातली दाई, रस्त्यावरला हमाल ही सारी आजच्या अर्थयुगाच्या दृष्टीने सामान्य माणसे खरी! पण उद्याच्या नव्या सुंदर जगाचे शिल्पकार

जर कुठून निर्माण व्हायचे असतील तर ते त्यांच्यातूनच!

काही काही लोकांची संगत मी तास तास, दोन दोन तास कशी सहन करू शकतो, याचे माझ्या एका हुशार आणि बुद्धिमान मित्राला आश्चर्य वाटते. परवा तर त्याने तसे स्पष्ट बोलून दाखविले. निळ्या-काळ्या शाईच्या पुड्या विकून उदरनिर्वाह चालविणारा एक माणूस माझ्या ओळखीचा आहे. तो केव्हा केव्हा माझ्याकडे येऊन गप्पा मारीत बसतो. परवा सकाळी तो असाच माझ्याकडे तासभर येऊन बसला होता. माझ्या शेजारीच राहणारा माझा हुशार आणि बुद्धिमान मित्र तो असताना दोन-तीनदा माझ्या खोलीत डोकावून गेला. तो शाईवाला निघून गेल्यावर तो आत आला आणि मोठ्यांदा हसून म्हणाला, "कमाल आहे बुवा तुझी! या शाईवाल्याच्या गप्पासुद्धा तू तास तास कशा सहन करू शकतोस ते मला समजत नाही. भिडस्तपणाला काही मर्यादा असाव्या. तो आला की, त्याला तू ताबडतोब घालवून का देत नाहीस?"

"दारावर आलेल्या माणसाला तडकाफडकी घालवून देण्याचे शौर्य तुम्हा लोकांत आहे याबद्दल मला तुमचा हेवा वाटतो." मी म्हणालो, "आणि माझ्यात तितकं शौर्य नाही हे मी कबूल करतो. पण केवळ भिडस्तपणामुळे या लोकांना मी जवळ करतो असं मात्र तू समजू नकोस. खरोखरच केव्हा केव्हा बुद्धिमान आणि हुशार माणसांच्या संगतीपेक्षा या सामान्य लोकांचा सहवासच मला मनापासून आवडतो!"

या उत्तराने माझ्या मित्राची विशेषशी खात्री पटली नाही. पण तो गप्प बसला हे मात्र खरे. माझ्या या भिडस्तपणाकडे किंवा सामान्य माणसाविषयी मला वाटणाऱ्या आपलेपणाकडे माझा हा मित्र निदान सहानुभूतीच्या दृष्टीने तरी पाहतो. पण माझ्या ओळखीचे दुसरे एक अतिहुशार गृहस्थ आहेत. त्यांचा माझ्यावर निराळाच आरोप आहे. त्यांच्या मते निर्बुद्ध, सामान्य लोकांचा घोळका मी माझ्याभोवती जमवतो याचे कारण हे लोक माझे चाहते किंवा स्तुतिपाठक असतात आणि त्यांच्यामुळे माझी अनायासे गावभर जाहिरातही होते! त्याशिवाय स्वत:ची स्तुतिस्तोत्रेही ऐकण्याचा मला आनंद मिळतो तो वेगळाच! हे गृहस्थ एक प्रथितयश लेखक आहेत आणि राजहंस ज्याप्रमाणे फक्त मोत्यांच्या चाऱ्यावर जगतो त्याप्रमाणे हे गृहस्थ आपला सारा फुरसतीचा वेळ बहुधा आपल्यासारख्याच निवडक बुद्धिवंतांच्या संगतीत काव्यशास्त्रविनोद करीत घालवीत असावेत- सामान्यांच्या वाऱ्यालासुद्धा ते उभे राहत नसावेत! त्याचप्रमाणे त्यांच्या स्तुतीचा कुणी चुकून जरी शब्द उच्चारला तर ते कानांत घट्ट दट्टे घालीत असावेत! या थोर माणसाची बरोबरी करण्याची मला मुळीच महत्त्वाकांक्षा नाही. स्वत:ची स्तुती ऐकली की, सर्वसाधारण माणसाच्या

अंत:करणाला गुदगुल्या होतात. मलाही माझी कुणी स्तुती केली की, आवडते हे मी कबूल करतो. उपरोक्त महात्म्यांनासुद्धा स्वत:ची स्तुती आवडत नाही असे नाही! स्वत:च्या चार ओळींबद्दल कुणी स्तुतिपर उद्‍गार काढले की, हे गृहस्थ ती बातमी गावभर स्वत:च सांगत फिरतात. मग माझ्यावर किंवा इतर काही साहित्यिकांवर या गृहस्थांचा असा आरोप का? द्राक्षे आवाक्याबाहेर असली की, ती कोल्ह्याला आंबट वाटतात, त्यातला तर हा प्रकार नाही ना? मी एकदा त्यांना तसे म्हटलेसुद्धा!

"काय हो," मी म्हटले, "तुमच्याभोवती आमच्याकडे येतात त्याप्रमाणं निर्बुद्धच काय, पण कुणीसुद्धा माणसे येत नाहीत याचा विषाद तर तुम्हाला वाटत नाही ना?"

त्यावर ते चिडून म्हणाले, "तुमच्यासारखा वाटेल त्याला मी जवळ करीत नाही. मी फक्त बुद्धिवंतांशीच मैत्री करतो!" या कबुलीजबाबाने आमच्यापेक्षाही आपण खरे पटाईत जाहिरातबाज आहोत हे त्यांनी न कळत, पण आपोआपच कबूल केले! कारण, बुद्धिवान आणि प्रथितयश लोकांच्याच हाती जाहिरातीची अधिक साधने असतात आणि त्यांच्याशी मैत्री करूनच स्वत:ची जाहिरात करून घेण्याची अधिक शक्यता असते. सामान्य किंवा निर्बुद्ध लोकांनी केलेल्या स्तुतीने किंवा जाहिरातीने स्वत:चा फायदा होण्यापेक्षा तोटाच अधिक होतो हे समजण्याइतकी अक्कल या गृहस्थांना जितकी आहे तितकीच- किंबहुना त्यापेक्षा किंचित अधिक मला किंवा ज्या इतर साहित्यिकांवर हे गृहस्थ वरच्यासारखे आरोप करतात त्यांना खास आहे. आपली जाहिरात व्हावी या हेतूने कुणी निर्बुद्ध माणसांना जवळ करील असे मला वाटत नाही.

पण सुदैवाने माझ्याकडे येणाऱ्या लोकांत माझी जाहिरात करू शकतील असे सुबुद्ध किंवा निर्बुद्ध साहित्यसेवी बहुधा कुणी नसतातच मुळी. माझ्याकडे येणारे आणि मला मनापासून आवडणारे म्हणजे त्या शाईविक्यासारखे सामान्य लोक. बुद्धिवैभवाने ते तळपत नाहीत किंवा वाङ्‍मयाची ते चिकित्सा करू शकत नाहीत, हे खरे आहे. पण जीवनावरल्या पुस्तकासंबंधी बोलण्यापेक्षा ते प्रत्यक्ष जीवनासंबंधीच बोलतात आणि म्हणूनच ते मला आवडतात. तसे बुद्धीचे महत्त्व मला कळते आणि माणसाला आपल्या बुद्धीचा थोडाबहुत अहंकार असावा हेही मला मान्य आहे. पण बुद्धीपेक्षाही खरी मानवता अंत:करणातच दिसून येते. काय असेल ते असो, ज्याप्रमाणे एखाद्याला दृष्टी नसली म्हणजे त्याचे स्पर्शेंद्रिय अधिक तीव्र असते किंवा वाचा नसणाराचे घ्राणेंद्रिय तीक्ष्ण असते, त्याप्रमाणेच बुद्धी कमी असणाराचे अंत:करण बहुधा मोठे असते असा माझा अनुभव आहे. बुद्धिवंताच्या संगतीत क्षणभर आपले डोळे दिपून जातील आणि जीवनाचे पृथक्करण करून त्याने शोधून काढलेले रूक्ष, पण भव्य सिद्धान्त आपल्याला चकितही करून टाकतील. पण

सामान्य माणसाच्या संगतीत मिळणारा जीवनाचा एखादा अपूर्व अनुभव किंवा दृष्टोत्पत्तीस येणारे जीवनाचे एखादे नवीन स्वरूप इतके अमोल असते की, प्रत्यक्ष जीवनाच्या निर्मल झऱ्यातच बुडी मारल्याचा अवर्णनीय आनंद आपणाला होतो. आम्ही बुद्धिवान लोक अपत्यवात्सल्याविषयी रसाळ कविता लिहू किंवा मित्रप्रेमावर एखादा फर्डा लेखही खरडू. पण आमचा मित्र आजारी पडला असता इकडची काडी तिकडे करण्याचे काही आम्हाला जमणार नाही! पण तेच एखादा माणूस आपल्या स्नेह्याच्या आजारात त्याची शुश्रूषा करण्याचे आणि घाण उपसण्याचे काम आमच्यापेक्षा शतपट अधिक चोखपणे करतो. सामान्यातच असामान्य माणुसकी असते असे मला वाटते आणि बुद्धीपेक्षा मला माणुसकीची किंमत अधिक वाटत असल्यामुळे सामान्यांचीच संगत मी अधिक पसंत करणार!

■

खांडेकर रजत स्मृती पुष्प

मु ख व टे

वि. स. खांडेकर

संपादक : डॉ. सुनीलकुमार लवटे

माणसानं दृष्टी गमावली की तो अन्तर्मनाने जग पाहू लागतो. वि. स. खांडेकरांचंही असंच झालं. सन १९७३ ला त्यांची दृष्टी गेली. तरी ते लिहीत राहिले. 'मुखवटे'मधील निबंध याच काळातील. 'साप्ताहिक स्वराज्य'मध्ये लिहिलेले हे निबंध म्हणजे एका संवेदनाशील मनानी माणसाच्या जीवनाचा घेतलेला धांडोळाच! या धांडोळ्यातून ते गतकाळाचा ताळेबंदच मांडतात. त्यांच्या लक्षात येतं की जग हा एक मुखवट्यांचा बाजार आहे.

मुखडे नि मुखवट्यांची ही तर बंदिशी!

'मुखवटे' लघुनिबंध संग्रह म्हणजे माणसाच्या खऱ्या-खोट्या प्रतिमा दाखविणारा आगळा आरसाच!

वाचक यात स्वत:स डोकावून पाहील तर त्यास आपला मुखडा दिसेल आणि 'मुखवटे'ही!

* * *